കാനന പ്രൈമറി സ്കൂൾ
ഇംഗ്ലീഷ് മീഡിയം

kanana primary school-english medium

•

harish r namboothiripad

•

first edition
may 2014

•

typesetting
nakshathra graphotech, poojappura

•

published
chintha publishers, thiruvananthapuram

•

printed
repro india ltd, mumbai

•

cover & illustration
sudheer py

•

വിതരണം

ദേശാഭിമാനി ബുക്ക് ഹൗസ്

H O തിരുവനന്തപുരം–695 035
phone: 0471-2303026, 6063026
www.chinthapublishers.com
chinthapublishers@gmail.com

ബ്രാഞ്ചുകൾ

ഹെഡ്ഡാഫീസ് ബ്രാഞ്ച് കുന്നുകുഴി • സ്റ്റാച്യു തിരുവനന്തപുരം • കെ എസ് ആർ ടി സി ബസ് സ്റ്റേഷൻ ആലപ്പുഴ • കെ എസ് ആർ ടി സി ബസ് സ്റ്റേഷൻ എറണാകുളം • മച്ചിങ്ങൽ ലെയ്ൻ തൃശൂർ • ഐ ജി റോഡ് കോഴിക്കോട് • മാവൂർ റോഡ് കോഴിക്കോട് • എൻ ജി ഒ യൂണിയൻ ബിൽഡിങ് കണ്ണൂർ • സെൻട്രൽ ബസ് ടെർമിനൽ കോംപ്ലക്സ് താവക്കര കണ്ണൂർ

CO - 2061 / 3471

കാനന പ്രൈമറി സ്കൂൾ ഇംഗ്ലീഷ് മീഡിയം

ഹരീഷ് ആർ നമ്പൂതിരിപ്പാട്

ചിന്ത പബ്ലിഷേഴ്സ്
തിരുവനന്തപുരം-695 035

ഹരീഷ് ആർ നമ്പൂതിരിപ്പാട്

എറണാകുളം ജില്ലയിലെ മൂവാറ്റുപുഴ താലൂക്കിൽ കുത്താട്ടുകുളത്തിനടുത്ത് കാക്കൂർ കാഞ്ഞിരപ്പിള്ളി മനയിൽ ജനിച്ചു. കെ ആർ രാമൻ നമ്പൂതിരിപ്പാടും നളിനി അന്തർജനവുമാണ് മാതാപിതാക്കൾ.

അഞ്ചൽപ്പെട്ടി എസ് എം യു പി എസ്, ആനന്ദപുരം ശ്രീ കൃഷ്ണ ഹൈസ്കൂൾ, മണിമലക്കുന്ന് ഗവ. കോളേജ്, മട്ടാഞ്ചേരി തിരുമല ദേവസ്വം റ്റി റ്റി ഐ എന്നിവിടങ്ങളിൽ വിദ്യാഭ്യാസം പൂർത്തിയാക്കി. രാമമംഗലം ഹൈസ്കൂളിൽ അധ്യാപകനായി സേവനമനുഷ്ഠിച്ചുവരുന്നു.

ആനുകാലികങ്ങളിൽ കവിതകളും കഥകളും എഴുതാറുണ്ട്.

കൃതികൾ: *കുഞ്ഞിക്കവിതകൾ, പൊൻകണി, പുരാണ കഥകൾ, പുരാണകഥാമാല, ഇതിഹാസകഥകൾ, മഴമുത്ത്, ശ്രീ ഭദ്രകാളിചരിതം, മാമ്പഴം, സാഹിത്യ ക്വിസ്, ആന ക്കഥകൾ, ശിവകഥാമാല, മെഗാക്വിസ്, സ്കൂൾ ക്വിസ്.*

ഭാര്യ   : സൗമ്യ ഹരീഷ്
മകൻ   : അഭിനവ് എച്ച് നമ്പൂതിരിപ്പാട്
വിലാസം   : കാഞ്ഞിരപ്പിള്ളി മന,
             കാക്കൂർ പി ഒ, കുത്താട്ടുകുളം,
             എറണാകുളം
Phone   : 0485– 2272432,9495317176
email   : hariyohara@gmail.com

ഉള്ളടക്കം

കാനനപ്രൈമറിസ്കൂൾ
ഇംഗ്ലീഷ് മീഡിയം

കുഞ്ഞുണ്ണിയാനയാശാന്റെ നിലത്തെഴുത്തുകളരി കാടിന്റെ സ്പന്ദനം തൊട്ടറിഞ്ഞ കലാലയമാണ്; യാതൊരുവിധ ലാഭമോഹ ങ്ങളുമില്ലാതെ, കുരുന്നുകൾക്ക് അക്ഷരവെളിച്ചം പകർന്നു നൽകുന്ന പാഠശാല.

ജാതി, മതവർണ, വർഗ വ്യത്യാസമില്ലാതെ, വലുപ്പച്ചെ റുപ്പമില്ലാതെ, സിംഹവും കടുവയയും ആനയും അണ്ണാനും എലി യും പുലിയും ഒരുമിച്ചു കൂടിയിരുന്ന് അക്ഷരം പഠിച്ചു. സിംഹ ത്തമ്പുരാൻ വരെ ആദരിക്കുന്ന അസാമാന്യ വ്യക്തിത്വത്തിനുട മയാണ് കുഞ്ഞുണ്ണിയാശാൻ.

ഓട്ടവും ചാട്ടവും കളിയും ചിരിയും കടിപിടിയും മാന്തും എല്ലാം അവിടെ അഭ്യസിക്കാം. ഓലയിൽ നാരായംകൊണ്ട് ഹരിശ്രീ കുറിച്ചും, മണലിൽ എഴുതിയും പഠിക്കാം. പുസ്തക ങ്ങളില്ല, ഗൃഹപാഠമില്ല, യൂണിഫോം, കോട്ട്, ടൈ ഇത്യാദികൾ ഒന്നുമില്ല. ഒരു സാധാരണ പള്ളിക്കൂടം.

ചുരുക്കം ചില മൃഗങ്ങൾക്ക് ഈ പാഠശാല അത്ര പഥ്യമ ല്ല. അയൽക്കാടുകളിലെല്ലാം ഇംഗ്ലീഷ് മീഡിയം സകൂളുകൾ ഉണ്ടെങ്കിലും, ഇവിടെ മാത്രം ഈ പഴഞ്ചൻ വിദ്യാലയമേയുള്ളൂ. അവർ ചിലപ്പോഴൊക്കെപ്പറയും.

8

"ഇവിടെ മൃഗങ്ങൾ ഇപ്പോഴും പഴയ നൂറ്റാണ്ടിലെ വിദ്യാ ഭ്യാസ രീതി പിന്തുടരുന്നു. നമുക്കും വേണ്ടേ ഒരു ഇംഗ്ലീഷ് സ്കൂൾ?"

ഒറ്റയ്ക്കും തെറ്റയ്ക്കും ഉയർന്നുവന്ന ഈ സംഭാഷണം പലരും ഏറ്റുപിടിച്ച് വലുതായി.

"വേണം, നമുക്ക് ഒരു പുതുപുത്തൻ ഇംഗ്ലീഷ് മീഡിയം സ്കൂൾ."

"അതെയതെ നാം മാത്രം പഴഞ്ചന്മാരായിത്തുടർന്നുകൂടാ."

അങ്ങനെയിരിക്കെ ആ മലമ്പ്രദേശത്തും ഒരു ഇംഗ്ലീഷ് മീഡിയം സ്കൂൾ വരാനുള്ള സാധ്യത തെളിഞ്ഞു. കുന്നിൽ ചെരിവിലെ ഏഴേക്കർ ഭൂമിയിൽ ഒരു ബാനർ.

ഉടൻ വരുന്നു....

കാനനപ്രൈമറിസ്കൂൾ–ഇംഗ്ലീഷ് മീഡിയം

ആദ്യം പണമടച്ച് പേരു രജിസ്റ്റർ ചെയ്യുന്ന 'നൂറു' കുട്ടികൾക്ക് സൗജന്യ വിനോദയാത്ര! .... സീറ്റു കൾ പരിമിതം!

കുഞ്ഞാലിച്ചെന്നായ മാനേജർ	ക്രൂരൻ കടുവ ബി എ പ്രിൻസിപ്പാൾ

കുട്ടൻ കഴുതയും കുഞ്ഞൻ കുറുക്കനുമടങ്ങുന്ന ഒരു സംഘത്തിന്റെ നേതൃത്വത്തിൽ സ്കൂൾ നിർമാണം ആരംഭിച്ചു. സീറ്റുകിട്ടാനായി മൃഗങ്ങൾ നെട്ടോട്ടമായി.

കാനനടൈംസിലും കാനനരമയിലും കാനനഭൂമിയിലും മുഴുവൻ പേജ് വാർത്തകൂടി വന്നപ്പോൾ നൂറുകണക്കിന് മൃഗ ശിശുക്കൾ ഇംഗ്ലീഷ് വിദ്യാലയത്തിലേക്ക് വന്നണഞ്ഞു.

"ഇംഗ്ലീഷ് പഠിക്കൂ – ഉന്നത വിജയം നേടൂ."

ആധുനിക സാങ്കേതിക ജ്ഞാനവും ഇംഗ്ലീഷ് വിദ്യാഭ്യാ സവും നിങ്ങളുടെ കുട്ടികൾക്കു നേടാൻ ഒരു നല്ല മാർഗം

"കാനനപ്രൈമറി സ്കൂൾ – ഇംഗ്ലീഷ് മീഡിയം"

വിശാലമായ കളിസ്ഥലം, ലാബറട്ടറി, ലൈബ്രറി, കമ്പ്യൂട്ടർ വിദ്യാഭ്യാസം, ബോർഡിങ് – ഹോസ്റ്റൽ സൗകര്യം, ക്യാന്റീൻ, സ്വിമ്മിങ് പൂൾ– എ സി സ്കൂൾ ബസ്! വിദേശ വനവാസികൾക്ക് പ്രത്യേക പരിഗണന.

"വെട്ട് മൂന്നുരൂപാ പലിശനിരക്കിൽ വായ്പാ സൗകര്യം ലഭ്യ മാണ്!"

പരസ്യം കണ്ട് സമീപ വനവാസികളായ മൃഗകുമാരന്മാരും കുമാരിമാരും വീടും പുരയിടവും മാളവും മരപ്പൊത്തുമെല്ലാം പണയം വെച്ച് ഇംഗ്ലീഷ് മീഡിയത്തിൽ ചേർന്നു. നിലത്തെഴുത്തു കളരികൾ ആർക്കും വേണ്ടാതായി.

കുട്ടികൾക്കായി വ്യായാമം, പലവിധ കായിക കലാമത്സര ങ്ങൾക്കായുള്ള പരിശീലനമുറകൾ ഇവയെല്ലാം ആരംഭിച്ചു.

നാട്ടുമൃഗങ്ങൾപോലും സ്കൂളിലെത്തി അവിടത്തെ സൗകര്യങ്ങളെ അനുമോദിച്ചു.

ആദ്യ അഡ്മിഷൻകാരായ നൂറുപേരിൽനിന്നും നറുക്കിട്ടെ ടുത്ത എഴുപതുപേർക്ക് സ്കൂൾ പ്രഖ്യാപിച്ച സൗജന്യയാത്ര യിൽ മാനുകൾ, മുയലുകൾ, ആനകുമാരന്മാർ, കരടിക്കുട്ടന്മാർ, കടുവാവീരന്മാർ, മയിലുകൾ, തത്തകൾ എന്നിവരാണ് ഉൾപ്പെട്ട ത്. ആശ്ചര്യമെന്നു പറയട്ടെ! എലി, അണ്ണാൻ, മരയോന്ത്, കീരി മുതലായ സാധു മൃഗങ്ങൾക്കാർക്കും നറുക്കു വീണതേയില്ല.

നറുക്കു സ്കൂൾ മാനേജുമെന്റിന്റെ പ്രത്യേക സ്കീമിൽ പണമടച്ച് വനരാജകുമാരൻ മൃഗേന്ദ്രകുമാർ ഉൾപ്പെടെ മുപ്പതു കരുത്തന്മാർകൂടി മാനേജ്മെന്റ് ക്വാട്ടയിൽ യാത്രാസംഘത്തിൽ ഉൾപ്പെട്ടു.

അവർക്കായി നടത്തിയ യാത്രായയപ്പു സൽക്കാരത്തിൽ പ്രിൻസിപ്പാൾ അറിയിച്ചു.

"നമ്മുടെ സ്കൂളിന്റെ അഭിമാനമായ നൂറുചുണക്കുട്ടികൾ ഉടൻ പുറപ്പെടുകയാണ്. ഇവർ സ്കോളർഷിപ്പോടെ പത്തുവർഷം വിദേശത്തുള്ള വിവിധ സ്കൂളുകളിൽ വിദ്യ അഭ്യസിക്കും. പഠനം കഴിഞ്ഞാലുടൻ ജോലി ഉറപ്പ്."

മാനേജർ കുഞ്ഞാലി അറിയിച്ചു. "എല്ലാവർഷവും ഇതു പോലെ നൂറ് മിടുക്കന്മാരെ സ്കോളർഷിപ്പോടെ വിദേശവനരാ ജ്യങ്ങളിൽ ഉന്നത പഠനത്തിനു തെരഞ്ഞെടുക്കും. അടുത്ത ബുധ നാഴ്ച യാത്രപുറപ്പെടുന്ന ആദ്യ സംഘത്തിന് എന്റെ ആശംസ കൾ."

കാട്ടിലെ ചില ബുദ്ധിജീവികൾക്ക് ഇതത്ര ദഹിച്ചില്ല. അവർ പലവഴിക്കും രഹസ്യമായി അന്വേഷണം ആരംഭിച്ചു.

ബുധനാഴ്ച അതിരാവിലെ കാനനാടൂറിസ്റ്റ് റേഡിയോ കോച്ച് സജ്ജമായി കുട്ടികൾ വരിവരിയായി സ്ഥാനം പിടിച്ചു. മാതാപിതാക്കൾ ഓടിയും നടന്നും വാഹനത്തെ അനുഗമിച്ചു. ബസ്സ് ഇഴഞ്ഞു നീങ്ങി.

കാട്ടുപാത വിട്ട് നാട്ടുവഴിയിലെത്തും മുമ്പ്, മാർഗതടസ മായി ഒരു മരം വീണുകിടക്കുന്നു! തൊട്ടടുത്ത് കുഞ്ഞുണ്ണിയാ ശാനുമുണ്ട്. നാലുവശത്തു നിന്നും മൃഗയുവാക്കൾ വണ്ടിയെ

വളഞ്ഞു, മുദ്രാവാക്യം മുഴക്കി."

"വനമാഫിയ തുലയട്ടെ! മൃഗവാണിഭം അവസാനിപ്പിക്കുക! ആഗോളവൽക്കരണം അവസാനിപ്പിക്കുക."

മൃഗസംഘം ബലമായി കുട്ടികളെ വണ്ടിയിൽ നിന്നും പിടി ച്ചിറക്കിവിട്ടു.

ഇതു കണ്ടു വന്ന രക്ഷിതാക്കൾ ഒച്ചവച്ചു.

"എന്താണിത്? എന്തു തോന്നിവാസമാണീ കാട്ടുന്നത്? ഞങ്ങളുടെ കുട്ടികളുടെ നല്ല ഭാവി തടയാൻ നിങ്ങളാര്?"

കഴുതരാമൻ അലറി, ഒപ്പം മറ്റുള്ളവരും.

"നല്ല ഭാവി! ഹും! അലക്കുകാരന്റെ അടിമയാക്കലാണോ നല്ല ഭാവി? അതോ സർക്കസിലെ അഭ്യാസിയാകുന്നതോ?"

"ഇവർ വനമാഫിയക്കാരാണ്, നാട്ടിലെയും വിദേശത്തെയും മൃഗശാലകളിലും, സർക്കസ് കൂടാരത്തിലും വീടുകളിലും അടി മപ്പണിക്കാണ് ഇവരുടെ യാത്ര. മാനും മുയലും പഞ്ചനക്ഷത്ര ഹോട്ടലിലെ തീൻമേശകളിലേക്കാവും യാത്ര."

കരടിയാശാനും മൃഗരാജനും അത് ഏറ്റുപറഞ്ഞു. നാട്ടിലെ ചില നല്ല സുഹൃത്തുക്കൾ വഴിയാണ് ഞങ്ങൾ ഈ സത്യം അറി ഞ്ഞത്. കുഞ്ഞുണ്ണിയാശാനാണ് ഞങ്ങളെ സഹായിച്ചത്.

"നാട്ടിലെ ക്ഷേത്രജീവനക്കാരനായ ഒരു ബന്ധുവാണ് എന്നോട് പറഞ്ഞത്, ചങ്ങലയ്ക്കിട്ടും മർദിച്ചും തടി പിടിപ്പിച്ചും അവനെ മനുഷ്യർദ്രോഹിക്കുന്നുവത്രെ. പൊരിവെയിലേറ്റ് പല പ്പോഴും അവൻ തളർന്ന് പോകുന്നു . നിങ്ങൾ പ്രതീക്ഷിക്കുന്ന ലോകമല്ല അത്. ചതിയന്മാരായ ഈ സ്കൂളധികൃതരെ വെറുതെ വിടരുത്."

അവർ ഒന്നടങ്കം കാനനസ്കൂൾ ആക്രമിച്ച് ഇടിച്ചു നിര ത്തി. സ്കൂൾ അധികൃതരെ അടിച്ചുപരത്തി. സ്കൂൾ നിന്ന സ്ഥലത്ത് മരിച്ചീനി നട്ടുവളർത്തി.

നിലത്തെഴുത്തു പാഠശാല വീണ്ടും സജീവമായി. വനസ മാധാനം പുന:സ്ഥാപിക്കപ്പെട്ടു.

(പുറംപൂച്ചുകണ്ട് ഭ്രമിക്കരുത്)

വനകോകിലറാണി–ബി എ മ്യൂസിക്

കാനനത്തിന്റെ രോമാഞ്ചമായ ഗായികയാണ്, 'കോകില' ജന്മസിദ്ധമായ കഴിവും മുത്തശ്ശിമാരോടൊപ്പമുള്ള അഭ്യസനവും അവളെ ഒരു മികച്ച ഗായികയാക്കി മാറ്റി.

അറിവും കഴിവും ചിലപ്പോൾ അഹങ്കാരത്തിനു വഴിവ യ്ക്കും. കാക്കക്കൂട്ടിൽ പിറന്നുവെങ്കിലും കാക്കകളെ അവൾ വല്ലാതെ വെറുത്തിരുന്നു.

"ഹും, നാശങ്ങൾ! പക്ഷിവംശത്തിനു മാനഹാനി വരു ത്തുന്ന കൂട്ടർ. ഹോ! രൂപസാമ്യംമൂലം നമുക്ക് അപമാനമാണി വറ്റകൾ. ശബ്ദമോ കർണകഠോരം തന്നെ, ഇവറ്റകളുടെ രൂപവും ഭാവവും കണ്ടാൽ ലോകസുന്ദരികളാണെന്നു തോന്നും."

"മോളേ, അരുത്, അവർ നമ്മുടെ സഹോദരങ്ങളാണ്. നിന്നെ ദേഹത്തിന്റെ ചൂടുനൽകി വിരിയിച്ച മഹാമനസ്കർ. അതു നീ മറക്കരുത്" കുയിലമ്മ മകളെ ഉപദേശിച്ചു.

"ഓ! അത് അവരുടെ വിവരദോഷം, അവർക്കു ബുദ്ധിയു ണ്ടെങ്കിൽ വല്ലവരുടെയും മുട്ടയ്ക്ക് അടയിരിക്കുമോ?"

"നിന്നെ തിരുത്താൻ ഞാനല്ല, നിനക്ക് വഴിയേ നല്ല ബുദ്ധി തോന്നട്ടെ, അത്രയേ ഞാനിപ്പോൾ പറയുന്നുള്ളൂ."

ഈ സംഭാഷണം കാക്കകളും കേൾക്കാറുണ്ട്. അവര

തൊന്നും കാര്യമാക്കാറില്ല എന്നു മാത്രം.

ഒരേക്കൂട്ടിൽ ഒരുമിച്ചു വിരിഞ്ഞ കാക്കക്കളെപ്പോലും കോകില വെറുത്തു.

ഒരുദിവസം അവരിലൊരാൾ "ഏയ് കോകിലേ, എന്തുണ്ട് ചങ്ങാതീ വിശേഷം, സുഖം തന്നെയല്ലേ?"

"എന്ത്? ചങ്ങാതിയോ? നിന്നെ കാണുന്നതേ എനിക്ക് അറ പ്പാണ് കടന്നുപോ!"

"ഓ, എന്താണിത്ര പിണക്കം, നാം ഒരുമിച്ചു ജനിച്ചു. ഒപ്പം വളർന്നു. ഒന്നിച്ചുതന്നെ പാട്ടും പഠിച്ചു."

കൊള്ളാം, കൊള്ളാം, നീ എന്നോടൊപ്പം പാട്ടു പഠിച്ചു! അല്ലേ? നിന്റെ സംഗീതം കേട്ടാലും മതി. വനസംഗീത റാണിയാകാൻ പോകുന്ന എന്റെ മുന്നിൽ നീയാര്?"

"എന്നാലും......."

"ഒന്നും പറയണ്ട, കടന്നുപോ ദൂരെ"

പാവം കാക്ക, അവൻ കരഞ്ഞില്ല എന്നേയുള്ളൂ.

നാളുകൾ കടന്നുപോയി, വനസംഗീതറാണിയാവാൻ കോകിലരാവും പകലും പരിശ്രമിച്ചു. സാധകം ചെയ്തു. മാന്ത ളിരും പൂന്തേനും മാത്രം ഭക്ഷിച്ചു.

കാക്കയാവട്ടെ പലവഴിയും പരിശ്രമിച്ചിട്ടും കഠോരനാദ ത്തിന് മാറ്റം വന്നില്ല.

അവൻ ഇടയ്ക്കിടെ കാടുവിട്ട് നാടും നഗരവും സന്ദർശി ക്കുക പതിവായിരുന്നു. ഒരുദിവസം നഗരമധ്യത്തിലെ ഒരു വീട്ടിൽനിന്നും പലയിനം പക്ഷികളുടെ ശബ്ദം, അവൾ ചെവി യോർത്തു. കാക്ക, കുയിൽ, തത്ത എന്നുവേണ്ട പല പക്ഷിക ളുടെ സ്വരമാധുരി അവിടെ കേട്ടു.

ഒരു കുട്ടി ആ ശബ്ദം ഒന്നൊന്നായി അനുകരിക്കുന്നു. ഒടു വിൽ അവൻ "ഇതുമതി, കാക്കയും കുയിലും തമ്മിലുള്ള സംഗീത മത്സരമാകട്ടെ മിമിക്രിയിൽ എന്റെ ഇനം"– അതിനായി കാക്കയുടെയും കുയിലിന്റേയും ശബ്ദം ഓടക്കുഴലിന്റെ അക മ്പടിയോടെ റിക്കാർഡ് ചെയ്തു.

കേട്ടു പഠിക്കാനായി ആ സംഗീതം ഒരു പേനയുടെ വലുപ്പ

മുള്ള കറുത്ത "ഐ-പോഡി"ൽ ശേഖരിച്ചു.

കാക്ക ഇതെല്ലാം സൂക്ഷിച്ചു കണ്ട് മനസിലാക്കി. ചുമന്ന ബട്ടൻ അമർത്തുമ്പോൾ ശബ്ദം ഉയർന്നു കേൾക്കുന്നു. നീല ബട്ടൻ അമർത്തുമ്പോൾ ശബ്ദം നിലയ്ക്കുന്നു.

കുട്ടി ഏതോ ആവശ്യത്തിന് മുറിവിട്ടുപോയ തക്കം നോക്കി കാക്ക ആ വസ്തു കൊത്തിയെടുത്തു പറന്നകന്നു.

പിറ്റേദിവസമായിരുന്നു വനസംഗീതമത്സരം, ഊഴമിട്ട്, കുയിൽ സുന്ദരിമാർ ഗാനമാലപിച്ചു. തത്തമ്മയും മയിലും കൊക്കുമായിരുന്നു വിധികർത്താക്കൾ. വിജയിക്ക് വനകോകി ലറാണിപ്പട്ടവും മയിൽപ്പീലികിരീടവും അരയന്നത്തൂവലുകൊ ണ്ടുണ്ടാക്കിയ പട്ടുമെത്തയും ലഭ്യമാകും.

മത്സരം മുറുകി, ഒന്നിനുപുറകേ ഒന്നായി ഏഴു കുയിലു കൾ, നാലുത്തകൾ എന്നിവർ മത്സരിച്ചു. ഒടുവിലായാണ് കോകി ലയുടെ ഗാനാലാപനം.

ആ നാദധാരയിൽ വനഹൃദയം അലിഞ്ഞു. പക്ഷികൾ കണ്ണും കാതും കൂർപ്പിച്ച് സകലതും മറന്ന് സംഗീതത്തിൽ ലയി ച്ചു. കരഘോഷങ്ങളോടെ, ചിറകടിയോടെ, ആർപ്പുവിളിയോടെ മത്സരം അവസാനിച്ചു.

അപ്പോഴുണ്ട് ഓടിക്കിതച്ച്, അല്ല, പറന്നുക്ഷീണിച്ച് വന്ന ണഞ്ഞു പാവം കാക്ക. "ഞാനുമുണ്ട്, ഞാനും പാടട്ടെ."

"കൂ കൂ കൂയ്– പക്ഷിക്കൂട്ടം ആർത്തു ചിരിച്ചു. വിധികർത്താ ക്കൾ പറഞ്ഞു. "ഇത് സംഗീതമത്സരമാണ്, നിനക്കെന്താണിതിൽ കാര്യം?"

"അതെ, അതു തന്നെ, പൂച്ചയ്ക്കെന്ത് പൊന്നുരുക്കുന്നേ ടത്ത് കാര്യം," ചിലർ ഏറ്റുപിടിച്ചു.

"ഞാനൊന്നു നോക്കട്ടെ. ഒരവസരം തരൂ," കാക്ക യാചിച്ചു.

"ഓ, ശരി...കേൾക്കട്ടെ...നിന്റെ പന്തുവരാളി" കൊക്കമ്മോവൻ അറിയിച്ചു.

ബുദ്ധിമാനായ കാക്ക കണ്ഠശുദ്ധി വരുത്തുന്നതായി നടി ച്ചു. കൊക്കുകൊണ്ട്, ചിറകുകോതിയൊതുക്കി സൂത്രത്തിൽ ചുവന്ന ബട്ടണിൽ കൊക്കമർത്തി.

കഠോരമായ കാക ശബ്ദം ഉയർന്നു, പക്ഷികൾ കൂവി
യാർത്തു. കോകില ഊറിച്ചിരിച്ചു.

സാവധാനം ഒരു കുയിൽ നാദം പുറത്തുവന്നു. ഓടക്കുഴ
ലിന്റെ നേർത്ത സ്വരം, ഉച്ചസ്ഥായിയിൽ കോകിലനാദവും മന്ത്ര
മധുരമായ സ്വരമാധുരി, കേൾവിക്കാർ, രോമാഞ്ചം കൊണ്ടു. കുയി

ലുകൾ അന്തംവിട്ട് വാ പിളർന്നു. മയിലുകൾ നൃത്തമാടി, മറ
ഞ്ഞുനിന്നിരുന്ന കാക്കകൾ ഒപ്പം നൃത്തം ചെയ്തു. സദസ്സ് കോരി
ത്തരിച്ചു. കോകിലയുടെ ശിരസ്സു താണു. വിധികർത്താക്കൾ
അമ്പരന്നു.

കാക്ക ബുദ്ധിപൂർവം നീലബട്ടണിൽ കൊക്കമർത്തി. നാദ
മാധുരി പെട്ടെന്ന് നിലച്ചു.

സദസ്സ് പൂർവസ്ഥിതി കൈവരിച്ചു. മത്സരത്തിന്റെ ഫലപ്ര ഖ്യാപനസമയമായി.

വിധികർത്താക്കൾ അറിയിച്ചു. ആദ്യം ഗാനമാലപിച്ച പതി നൊന്നുപേരേക്കാൾ ബഹുദൂരം മുന്നേറി കോകിലകുമാരി മികച്ച പ്രകടനം കാഴ്ചവച്ചു. എന്നാൽ ആശ്ചര്യമായവിധം നമ്മെ ആന ന്ദത്തിലാറാടിച്ച ഈ 'കാക്ക സഹോദരി' തന്നെയാണ് നമ്മുടെ വനസംഗീതചക്രവർത്തി.

സ്ഥിരമായി കുയിലുകൾ മാത്രം നേടിവന്നിരുന്ന ഈ പട്ടം ചരിത്രത്തിലാദ്യമായി ഒരു 'കാക്ക' നേടിയിരിക്കുന്നു.

സമ്മാനം നൽകുവാനായി രണ്ടാം സ്ഥാനക്കാരിയായ 'കോകില'യെയും ഏറ്റുവാങ്ങുവാൻ 'കാകരാജി'നെയും ക്ഷണി ക്കുന്നു.

വിറയ്ക്കുന്ന കൈകളിൽ തൂവൽക്കിരീടവുമേന്തി 'കോകില' കാകരാജിനു സമീപമെത്തി. "ക്ഷമിക്കണം എന്റെ അറിവില്ലാ യ്മകൊണ്ട് ഞാൻ താങ്കളെ കളിയാക്കി, അങ്ങ് എന്റെ കണ്ണ് തുറ പ്പിച്ചു."

മയിൽപ്പീലികിരീടം കൈകളിലേന്തി കാകരാജ് ഉറക്കെ പറ ഞ്ഞു. "ഞാൻ പറയുന്നു കോകിലകുമാരിയാണ് യഥാർഥ 'വനകോകിലറാണി.' നിസ്തുല നാദധാരയിൽ നമ്മുടെ മനം കുളിർപ്പിച്ച ഈ സഹോദരിക്ക് വനസംഗീതറാണിപ്പട്ടം ഞാനിതാ സമ്മാനിക്കുന്നു."

കാണികൾ ഇതെന്ത് കൂത്ത് എന്ന മട്ടിൽ അന്തംവിട്ട് വാ പൊളിച്ചിരിക്കുമ്പോൾ, 'കാകരാജ്' മനോഹരമായ മയിൽപ്പീലി ക്കിരീടം കോകിലറാണിയുടെ ശിരസ്സിലണിയിച്ചു.

"നിങ്ങൾ, ധരിക്കുന്നപോലെ, ഇതെന്റെ മഹാമനസ്കതയോ ഔദാര്യമോ അല്ല; ഈ കിരീടം എനിക്കു യോജിച്ചതല്ല. ഞാൻ തെല്ലിട എല്ലാവരേയും കബളിപ്പിച്ചതാണ്. കോകിലയുടെ തെറ്റ് ബോധ്യപ്പെടുത്തുകമാത്രമായിരുന്നു എന്റെ ലക്ഷ്യം."

എന്നു പറഞ്ഞുകൊണ്ട് കാക്ക തന്റെ ചിറകിനടിയിൽ ഒളി പ്പിച്ചിരുന്ന വസ്തു ഉയർത്തിക്കാട്ടി. ചുവന്ന ബട്ടൻ അമർത്തി കുയിൽനാദം കേൾപ്പിച്ചു. തുടർന്ന് കാക്കയുടെ ശബ്ദവും കേട്ടു.

"ഓ! അതു ശരി ഞങ്ങൾക്കു തോന്നി. എന്തോ ചതിയുണ്ട് എന്ന്. ഒരു കാക്കയ്ക്ക് ഇത്ര മധുരമായി പാടാനാകുമോ?" കാണികളിൽ ചിലർ ജാള്യത മറച്ചുകൊണ്ട് പറഞ്ഞു.

"മതി, മതി, മതി, ഇനിയാരുമൊന്നും പറയണ്ട. ഈ സംഭവം മറന്നേക്കൂ. കോകില തന്നെ നമ്മുടെ സംഗീതറാണി."

തത്തമ്മയുടെ വാക്കുകൾ കേട്ട് ലജ്ജയോടെ കോകിലറാണി കാകരാജന്റെ ചിറകിൽ തലോടി, സ്നേഹപൂർവം കൊക്കുരുമ്മി. "സഹോദരാ, ഇനി നമ്മൾ ഒന്നാണ് ഒരമ്മയ്ക്കു പിറന്ന മക്കൾ". ജാതി, മത, വർണ വർഗഭേദമൊന്നും നമുക്ക് ബാധക മല്ല. വരൂ കൂട്ടിലേക്കു പോയി ഈ സമ്മാനങ്ങൾ നമ്മുടെ അമ്മ മാർക്ക് കാട്ടിക്കൊടുക്കാം. വരൂ വേഗം."

"അതാണതിന്റെ ശരി" മറ്റു പക്ഷികൾ ഏറ്റുപറഞ്ഞു.

(കുലമഹിമയിൽ ആരും ഞെളിയരുത്....)

അഹങ്കാരിയായ കാക്കയും അരയന്നങ്ങളും

കടൽത്തീരത്തുള്ള മനോഹരമായ മാളിക, ആ നാട്ടിലെ ഏറ്റവും സമ്പന്നമായ ഗൃഹമായിരുന്നു അത്. ആ വീട്ടിൽ മനോ ഹരമായ ഒരു ഉദ്യാനവും, കളിസ്ഥലവും ഉണ്ടായിരുന്നു. അതി ലൊരു മരത്തിൽ വലിയൊരു കാക്കക്കൂട് ഉണ്ടായിരുന്നു.

ധനികഗൃഹമല്ലേ, എന്നും നാലുനേരവും അവിടെ വിഭവ സമൃദ്ധമായ ആഹാരം ഉണ്ടാക്കിയിരുന്നു. അവിടുത്തെ കുട്ടികൾ കഴിക്കുന്നതിലേറെ വെറുതേ കളയുകയാണ് പതിവ്. ഈ ഉച്ഛിഷ്ടമെല്ലാം നമ്മുടെ കാക്ക രസിച്ച് ഭക്ഷിച്ചുപോന്നു.

വീട്ടുകാർക്ക് അവനെ വലിയകാര്യമായിരുന്നു കുട്ടികൾ എന്നും അവന് തീറ്റ കൊടുക്കാൻ മത്സരിച്ചു. സ്വാഭാവികമായും കാക്ക കൊഴുത്ത് മിനുത്തു. മറ്റുള്ള പക്ഷികൾ തന്റെ സാമ്രാജ്യ ത്തിൽ കയറാൻ കാക്ക അനുവദിച്ചിരുന്നില്ല.

താനാണ് ഏറ്റവും കരുത്തൻ എന്ന് അഹങ്കരിച്ചിരുന്ന കാക്കയ്ക്ക് മറ്റു പക്ഷികളെ കളിയാക്കലായിരുന്നു മുഖ്യവിനോദം.

ഒരുദിവസം തൂവെള്ളച്ചിറകുവിടർത്തി, കടലിനു മീതേ പറ ക്കുന്ന അരയന്നങ്ങളെ അവൻ കണ്ടു. തെല്ലസൂയയോടെ അതു നോക്കിയിരുന്ന കാക്കയോട് ആ വീട്ടിലെ കുട്ടി ചോദിച്ചു.

"ഏയ്, ശക്തനായ കാക്കേ, അത് നോക്ക്, പക്ഷിരാജാവായ ഗരുഡനെപ്പോലെ പറന്നു നടക്കുന്ന അരയന്നങ്ങളെ നീ

കണ്ടില്ലേ? എന്തൊരു വേഗത, എന്തു കരുത്ത്. നിനക്കും അതു പോലെ പറക്കരുതോ? നീ വിചാരിച്ചാൽ നിഷ്പ്രയാസം അവയെ കീഴടക്കാം.”

ഇതുകേട്ട, വിഡ്ഢിയായ കാക്ക ആവേശം പൂണ്ടു, “ശരി യാണ്, എനിക്കുമുമ്പിൽ ഈ അരയന്നം വെറും ഒരു കീടം!”

ആവേശത്തോടെ പറന്നുചെന്ന് കാക്ക അരയന്ന രാജാ വിനെ വെല്ലുവിളിച്ചു.

“ഹംസരാജൻ, നമസ്കാരം; ഞാൻ തിരിഞ്ഞും മറിഞ്ഞും മലർന്നും കമിഴ്ന്നും നൂറ്റൊന്നുവിധം പറക്കാൻ ശീലിച്ചിട്ടുണ്ട്. നമുക്കൊന്നു മത്സരിച്ചു കൂടേ?”

“ഹ! ഹ! ഹ! ഹ! നീയോ, നീ വെറുമൊരു കാക്ക. മനസിന്റെ വേഗതയ്ക്കൊപ്പം പറക്കുന്ന ഞങ്ങളോടാണോ നിന്റെ വെല്ലു വിളി? വേണ്ട, വേണ്ട, ഇതത്ര നല്ലതിനല്ല.”

അരയന്നങ്ങളുടെ കളിയാക്കൽ കാക്കയെ ചൊടിപ്പിച്ചു.

“കഷ്ടം! കഷ്ടം! മാനസസരസിലെ അരയന്നങ്ങൾക്കും ഭയമോ? അതും ഈ കാകനെ. ധൈര്യമുണ്ടോ? എന്നോട് മത്സ രിച്ച് നൂറു നാഴിക പറക്കാൻ? എന്നിട്ടാവാം വീമ്പിളക്കൽ.”

“എന്നാൽ, ശരി ഞങ്ങൾക്ക് നൂറ്റൊന്നു രീതിയിൽ പറക്കാൻ അറിയില്ല, സാധാരണ പക്ഷികളെപ്പോലെ നേരെ പറന്നു നോക്കാം. വരൂ, നമുക്ക് കടലിനു മീതേ...പറക്കാം...”

കാക്കകളും അരയന്നങ്ങളും ചേരിതിരിഞ്ഞ് ഇരുവരേയും എരിവുകയറ്റി.

“ഹും, നിസ്സാരനായ ഈ അരയന്നമെവിടെ? നമ്മുടെ കൂട്ടു കാരനെവിടെ? നോക്കൂ, അവന്റെ പറക്കൽ!”

അരയന്നങ്ങളും വിട്ടുകൊടുത്തില്ല “വീരനാണെങ്കിൽ, അവനെന്തിന് ഇടയ്ക്കിടെ മരക്കൊമ്പിലെത്തി വിശ്രമിക്കുന്നു. തുടർച്ചയായി പറന്നുകൂടെ?”

കാക്ക, മലർന്നും ചെരിഞ്ഞും കമിഴ്ന്നും വാശിയോടെ പറ ന്നു. അരയന്നം നേർരേഖയിൽ പടിഞ്ഞാറെ ചക്രവാളത്തിലേക്ക് പറന്നുയർന്നു. കാക്കയും വിട്ടുകൊടുത്തില്ല. കൂടുതൽ വേഗ ത്തിൽ കൂടുതൽ ഉയരത്തിൽ, കൂടുതൽ ശക്തിയോടെ കുതിച്ചു

യർന്നു. വിശാലമായ കടലിനുമുകളിലൂടെ മത്സരിച്ചു പറന്നു.

വളരെ ദൂരം പറന്നുയർന്ന കാക്ക തളർന്നു. പാവം വല്ലാതെ വലഞ്ഞു.

" അയ്യോ കഷ്ടം! ഞാനെന്തു മണ്ടനാണ്, ആവേശം മൂത്ത് കടലിനു മുകളിലൂടെ പറന്നത് മഹാവിഡ്ഢിത്തമായി! ചിറകു കൾ കുഴയുന്നല്ലോ. ഒരു മരമോ ചെറുതുരുത്തോ കാണുന്നില്ല. വെള്ളം മാത്രം കാണുന്നു നാലുദിക്കിലും."

അരയന്നമാവട്ടെ സാവധാനം പറന്നു രസിച്ചു. കാക്കയ്ക്ക് വാശികൂടി. അത് അരയന്നത്തിനു മുന്നിലേക്ക് പറന്നു പൊങ്ങി. പാവം ചിറകുകുഴഞ്ഞ് തലയും കുത്തി സമുദ്രത്തിലേക്ക് പതിച്ചു.

കടലിൽ മുങ്ങിപ്പൊങ്ങി ചിറകടിച്ചു തുഴഞ്ഞു പാവം. "ഏയ് കാക്കേ ഇതാണോ നിന്റെ നൂറ്റിയൊന്നാമത്തെ അടവ്. വേഗം പറന്നുവരൂ."

"പക്ഷിശ്രേഷ്ഠാ, ക്ഷമിച്ചാലും! അറിവില്ലായ്മയും അഹങ്കാ രവും കൊണ്ട് അന്ധനായ ഞാൻ. ഗരുഡനെന്ന് അഹങ്കരിച്ചു. അവിടുത്തെ നിന്ദിച്ച് വെല്ലുവിളിച്ചു. ഇനി ഈ തെറ്റ് ആവർത്തി ക്കില്ലാ. ദയവായി എന്നെ രക്ഷിച്ചാലും."

അഹങ്കാരം വെടിഞ്ഞ കാക്കയെ അരയന്നം രക്ഷിച്ച് മുതു കിലേറ്റി പറന്നു. സുരക്ഷിതമായി വാസസ്ഥലത്ത് എത്തിച്ചു. ജീവൻ രക്ഷപ്പെട്ട ആശ്വാസവും അതിലേറെ ലജ്ജയുംമൂലം തല താഴ്ത്തി കാക്ക കൂട്ടിലേക്ക് മടങ്ങി.

*(അഹങ്കാരിക്ക് ഗർവ് അലങ്കാരം, ബുദ്ധിമാന് വിനയവും.
വിനയം ശ്രേഷ്ഠമാണ്–അഹങ്കാരം ആപത്തും.)*

തവളരാജകുമാരി

അയോധ്യാധിപനായിരുന്ന പരീക്ഷിത്തു മഹാരാജാവ് പ്രജാക്ഷേമതൽപ്പരനായി നാടുവാണുപോന്നു. പ്രധാനമന്ത്രിയും മറ്റ് മന്ത്രിമാരും ഉൾപ്പെടുന്ന പരിവാരങ്ങൾക്കൊപ്പം രാജ്യകാര്യ ങ്ങൾ മുടക്കം കൂടാതെ നടത്തിവന്നു.

രാജാവ് മൃഗയാ വിനോദത്തിനായി ഇടയ്ക്കിടെ വനത്തിൽ പോകുക പതിവായിരുന്നു. സേനാനായകനും പടയാളികളും ഉൾപ്പെടെ സർവസന്നാഹങ്ങളോടെയാണ് നായാട്ടിനുള്ള പുറ പ്പാട്.

പതിവുപോലെ ഒരുദിവസം മഹാരാജാവ് പരിവാരസമേതം കാനനത്തിലേക്കു പുറപ്പെട്ടു. കുതിരപ്പുറത്തേറി അവേശത്തോടെ നായാട്ടു തുടങ്ങി. അമ്പും വില്ലുമായി മൃഗങ്ങളെ പിന്തുടർന്ന് കുതിച്ചു പാഞ്ഞു. മാനുകളെ പിൻതുടർന്നു പാഞ്ഞ രാജാവ് കൊടുംകാടിനു നടുവിൽ ഒറ്റയ്ക്ക് അകപ്പെട്ടു.

മനുഷ്യവാസമില്ലാത്ത ആ കൊടുംകാടിനു നടുവിൽ അതി മനോഹരമായ ഒരു താമരപ്പൊയ്ക അദ്ദേഹം കണ്ടെത്തി. താനും കുതിരയും മതിയാവോളം വെള്ളം കുടിച്ച് ദാഹമകറ്റി, ഒരു വൃക്ഷ ത്തണലിൽ കിടന്നു മയങ്ങി.

രാജാവിന്റെ നിദ്രയ്ക്കു ഭംഗം വരുത്തിക്കൊണ്ട് സ്വർഗീയ

മാധുര്യമിയന്ന ഒരു ഗാനം ഉയർന്നു കേട്ടു. ആശ്ചര്യചകിതനായ രാജാവ് ഗാനത്തിന്റെ ഉറവിടം തേടി അവിടമാകെ നടന്നു.

തെല്ലകലെയായിട്ടതാ, വിശ്വൈകസുന്ദരിയായ ഒരു കന്യക ഗാനമാലപിച്ചുകൊണ്ട് പുഷ്പങ്ങളിറുക്കുന്നു.

"ഹേ, സുന്ദരീ, ആരാണു നീ? തനിച്ചിവിടെ എങ്ങനെ വന്നു? നിനക്ക് ആരുമില്ലേ?" പറയൂ.....

"എന്റെ പേര് സുശോഭ. കൂടുതലൊന്നും പറയാൻ എന്നെ നിർബന്ധിക്കരുത്." അവൾ പറഞ്ഞു.

"എന്നാൽ ശരി, എനിക്ക് ഭവതിയെ കണ്ടമാത്രയിൽ അനു രാഗം ജനിച്ചു. ഞാൻ നിന്നെ വിവാഹം കഴിക്കട്ടെ?" രാജാവ് ചോദിച്ചു.

"എനിക്ക് സമ്മതമാണ്. പക്ഷേ ജലാശയങ്ങൾ കാണാൻ ഇടവന്നാൽ അങ്ങേക്ക് എന്നെ നഷ്ടമാകും. എന്താ?"

"ശരി, ഞാൻ നിനക്ക് സർവ സ്വാതന്ത്ര്യവും നൽകുന്നു." അദ്ദേഹം ഉറപ്പുനൽകി അവിടെ വെച്ചു തന്നെ അവർ ഗാന്ധർവ വിധിപ്രകാരം വിവാഹിതരായി. രാജാവിനെ തേടി വന്ന സൈന്യ ത്തോടു കൂടി ആഘോഷപൂർവം കൊട്ടാരത്തിലേക്കു മടങ്ങി.

തലസ്ഥാന നഗരയിൽ മടങ്ങിയെത്തിയ മഹാരാജാവ് പത്നീസമേതനായി ഒരു കൊട്ടാരത്തിൽ ഏകാന്തവാസം തുട ങ്ങി. രാജ്യത്തെയും, പ്രജകളേയും മറന്ന് സുഖലോലുപനായി വസിച്ചു.

രാജകാര്യങ്ങൾ ആകെ അവതാളത്തിലായി. രാജാവിന്റെ ശ്രദ്ധക്കുറവു മൂലം ഭരണം താറുമാറായി. പ്രധാനമന്ത്രിയെ ഇത് വല്ലാതെ വിഷമിപ്പിച്ചു.

ബുദ്ധിമാനായ സചിവോത്തമൻ അതിമനോഹരമായ ഒരു ഉദ്യാനവും രാജമന്ദിരവും നിർമിച്ചു. ഉദ്യാനത്തിനു നടുവിൽ വള്ളിപ്പടർപ്പുകൾ കൊണ്ട് മൂടിയ ഒരു കേളീഗൃഹവുമുണ്ടായി രുന്നു.

"മഹാരാജാവു വിജയിച്ചാലും, അങ്ങേക്കും മഹാറാണിക്കും മാത്രമായി അടിയൻ ഒരു രാജമന്ദിരം പണികഴിപ്പിച്ചിട്ടുണ്ട്. ഇനി മുതൽ സന്തോഷത്തോടെ അവിടെ വസിച്ചാലും. ഈ ഉദ്യാന

ത്തിലൊരിടത്തും ജലാശയങ്ങൾ ഇല്ലാത്തതിനാൽ റാണിക്കും ഇവിടം ഇഷ്ടമാകും തീർച്ച."

സന്തുഷ്ടനായ രാജാവും റാണിയും പുതിയ ഗൃഹം സന്ദർശിക്കാൻ പുറപ്പെട്ടു.

"ഹായ്, പ്രിയേ! എത്ര മനോഹരമാണീ ഉദ്യാനം, നമ്മുടെ മന്ത്രിമുഖ്യൻ എത്ര സമർഥനാണ്."

"അതേയതെ, നമുക്കിവിടമാകെ ചുറ്റി നടക്കാം."

ഉദ്യാനമാകെ ചുറ്റിനടന്ന് അവർ വള്ളിക്കുടിലിനകത്തു പ്രവേശിച്ചു. അവിടെയതാ സ്ഫടികസമാനമായ ജലം നിറച്ച ഒരു കൊച്ചുകുളം. രാജാവ് സർവവും മറന്ന് ആ ജലാശയത്തി

ലിറങ്ങി നീരാടി.

"ദേവീ എന്തു രസം, വരൂ, നമുക്കീ കുളിർപ്പൊയ്കയിൽ നീരാടാം..."

തടാകത്തിലിറങ്ങി മുങ്ങിയ റാണി നിമിഷനേരം കൊണ്ട് അപ്രത്യക്ഷമായി.

ദു:ഖിതനായ രാജാവ് കുളം പൂർണമായും വറ്റിച്ച് പരിശോ ധിച്ചു. ആ ജലാശയത്തിൽ അദ്ദേഹത്തിന് ഒരു തവളയെ മാത്രമേ കാണാൻ കഴിഞ്ഞുള്ളൂ.

"ആരവിടെ, എന്റെ പ്രാണപ്രിയയെ നഷ്ടമായത് ഒരു തവ ളമൂലമാണ് ഇനി ഈ അയോധ്യാനഗരിയിൽ ഒരൊറ്റ തവള പോലും ഉണ്ടാകാൻ പാടില്ല."

രാജാജ്ഞ ശിരസാവഹിച്ച് പ്രജകൾ തവളവേട്ട ആരംഭി ച്ചു. പാവം തവളകൾ! അതോടെ അവയുടെ ശനിദശ ആരംഭി ച്ചു. കണ്ണിൽ കാണുന്ന തവളകളെയെല്ലാം ജനം കൊന്നൊടു ക്കി. രാജപ്രീതിക്കായി തവളകളെ കൊല്ലാൻ ചിലർ മത്സരിച്ചു.

ഭയചകിതരായ തവളകൾ അവരുടെ രാജാവിനെ ശരണം പ്രാപിച്ചു. അദ്ദേഹം ഒരു താപസന്റെ വേഷംപൂണ്ട് രാജധാനി യിലെത്തി.

"മഹാരാജാവു വിജയിക്കട്ടെ. ഹേ രാജൻ! മണ്ഡൂകഹിംസ നിർത്തിയാലും ഇത് അങ്ങയുടെ രാജ്യത്തിന് ഐശ്വര്യഹാനി ഉണ്ടാകും. അങ്ങേക്ക് ഇത് ഭൂഷണമല്ല. ദാരിദ്ര്യവും വരൾച്ചയും മൂലം രാജ്യം പൊറുതിമുട്ടും. തവളവേട്ട അവസാനിപ്പിക്കൂ."

"അങ്ങ് ഒന്നും പറയണ്ട, എന്റെ പ്രിയതമയെ എനിക്കു നഷ്ട മാകാൻ ഇടയാക്കിയ മണ്ഡൂകവംശം ഇനിയൊരിക്കലും ഇവിടെ കാണരുത്."

"മഹാരാജാവേ, കേട്ടാലും, ഞാൻ തവളകളുടെ രാജാവായ ആയുസ്സാണ്. എന്റെ മകളാണ് അങ്ങയുടെ ധർമപത്നി, അവൾ മരിച്ചിട്ടില്ല. അവളുടെ അനേകം ഇരകളിലൊരാളാണ് താങ്കളും."

"എന്ത്! ഇത് വാസ്തവമോ, എങ്കിൽ എനിക്ക് അവളെ മട ക്കിത്തരൂ."

ഉടൻ മണ്ഡൂകരാജകുമാരി സുശോഭ അവിടെ പ്രത്യക്ഷ

യായി. പത്നിയെ തിരിച്ചുകിട്ടിയ രാജാവ് സന്തുഷ്ടയായി.

"മണ്ഡൂകരാജന് പ്രണാമം, ഇനി മുതൽ ഈ രാജ്യത്ത് ആരും തവളകളെ ദ്രോഹിക്കില്ല. അവയ്ക്കുവേണ്ട എല്ലാവിധ സംരക്ഷണവും നൽകുകയും ചെയ്യും."

"നന്ദി മഹാരാജൻ, ഇനി മുതൽ ഇവൾ അങ്ങേക്ക് സ്വന്തം, പത്നിയോടൊപ്പം സസുഖം രാജ്യം ഭരിച്ചാലും മകളേ...നീ ഇനി മേലിൽ കുസൃതികാട്ടരുത്. അയോധ്യാധിപതിയുടെ പട്ടമഹിഷി യായി വാഴുക. നിങ്ങൾക്ക് നന്മ വരട്ടെ."

സന്തോഷവാനായ രാജാവ് വളരെക്കാലം രാജ്യം ഭരിച്ചു. വാർദ്ധക്യത്തിൽ പുത്രനെ രാജ്യഭാരം ഏൽപ്പിച്ച് തപസിനായി വനം പൂകി.

കാനനശ്രീ മരഞ്ചേഷ്

അതിഗംഭീരമായ വരവേൽപ്പാണ് ആ അഞ്ചംഗ സംഘ ത്തിന് ലഭിച്ചത്. നാട്ടിൽ വച്ചു ലഭിച്ച യാത്രയപ്പു സൽക്കാരം പോലും ഇതിന്റെ നാലയലത്തു വരില്ല.

സർക്കാർ സേവനത്തിൽനിന്നും പെൻഷൻ പറ്റിപ്പിരിഞ്ഞ അവർ ആരൊക്കെയാണെന്നല്ലേ? മൃഗസംരക്ഷണവകു പ്പിൽനിന്നും പിരിഞ്ഞ മണിയൻ കാള, ക്ഷീരവികസനവകുപ്പിലെ ലില്ലിയാട്, പൊലീസ് സർക്കിളായിരുന്ന കിട്ടൻ നായ, വനിതാ ക്ഷേമ ഓഫീസറായിരുന്ന മാലുത്തത്ത, കൂടാതെ മ്യൂസിയം വകുപ്പ് ഉദ്യോഗസ്ഥനായിരുന്ന മരഞ്ചേഷ് മങ്കി.

ഊർജസ്വലരായ ഇവർ എങ്ങനെ വെറുതെ സമയം കളയും? "നമുക്ക് നല്ലൊരു വ്യാപാരസമുച്ചയം ആരംഭിക്കണം." മരഞ്ചേഷിന്റെ ആശയത്തോട് ഏവരും യോജിച്ചു.

ഏറെ വൈകാതെ കാനന മധ്യത്തിൽ അതിവിശാലമായ ഒരു "ഷോപ്പിങ് മാൾ" പ്രവർത്തനമാരംഭിച്ചു. മാലുസ് വെഡ്ഡിങ് സെന്ററിൽ തയാറാക്കിയ കിന്നരിത്തലപ്പാവു ചൂടി വനരാഷ്ട്ര പതി ഗജ്ജാർ സിങ് ഉദ്ഘാടനം നിർവഹിച്ചു.

പ്രധാനമന്ത്രി ആനന്ദപുരം ആനന്ദ് ഉദ്ഘാടനം ചെയ്ത "മണിയൻസ് ഊട്ടുപുര"യിലെ വിഭവങ്ങൾ ഉദ്ഘാടകൻ തന്നെ

രുചിച്ചു തീർത്തു! പ്രാധാന ഷെഫ് ലില്ലി ഒരു മാസത്തേക്കു തയാറാക്കിവച്ചിരുന്ന പാൽ പേഡ, വെണ്ണ, ക്രീം കേക്ക്, എന്നു വേണ്ട എല്ലാം നിമിഷം കൊണ്ട് ഉദ്ഘാടനം ചെയ്തു തീർത്തു പ്രധാനമന്ത്രി!

ഉദ്ഘാടനസ്പെഷ്യലായി "മരഞ്ചേഷ് ബ്യൂട്ടിക്ലിനിക്കിൽ" ആവിഷ്കരിച്ച മസാജിങ് യൂണിറ്റ് ആരോഗ്യമന്ത്രി ജണ്ടാൻ കാണ്ടാമൃഗമാണ് ഉൽഘാടിച്ചത്.

അദ്ദേഹത്തെ മസാജ് ചെയ്യാൻ ഉപയോഗിച്ച റോഡ് റോള റിന്റെ ടയർ പഞ്ചറായത് ആളുകൾക്ക് രസം പകർന്ന കാഴ്ച യായി മാറി. ടാറുകൊണ്ട് ഫേസ് പായ്ക്ക് നടത്തി മരഞ്ചേഷ് മന്ത്രിയിൽ ഉദ്ഘാടനപരീക്ഷണം നടത്തി.

ആഭ്യന്തരമന്ത്രി കോരൻ കടുവ ആകാശത്തേയ്ക്ക് മൂന്നു വട്ടം നിറയൊഴിച്ചാണ് "കിട്ടൻസ് പ്രൈവറ്റ് ഡിക്ടറ്റീവ്" ഏജൻസി ഉദ്ഘാടനം ചെയ്തത്. ആഭ്യന്തര ഗുഹയിൽ കുന്നുകൂടിക്കിട ക്കുന്ന പല തെളിയാകേസുകളും കിട്ടനു കൈമാറുമെന്ന് കോരൻസാർ അലറി അറിയിച്ചു.

വളരെ വേഗം ഷോപ്പിങ്മാൾ ജനനിബിഡമായി. വിവാഹാ വശ്യങ്ങൾക്ക് "മാലൂസ് വെഡ്ഡിംഗ് സെന്ററും, മരഞ്ചേഷ് ക്ലിനിക്കും സന്ദർശിക്കാൻ തരുണൻമാരും തരുണീമൃഗരമണിമാരും മത്സ രിച്ചു.

"ഊട്ടുപുര"യുള്ളപ്പോൾ എന്തിന് അടുക്കള? ഇന്ന് മണിയ നും ലില്ലിയും വനരുചിലോകത്തെ കീഴടക്കി മുന്നേറുന്നു.

തുമ്പില്ലാതെ കിടന്ന പല കേസുകളും തെളിയിച്ച് കിട്ടൻ വനസമാധാനം നിലനിർത്തി.

അന്തർകാനനസൗന്ദര്യമത്സരം, കാനനഒളിമ്പിക്സ് എന്നി വയ്ക്ക് വനരാജ്യത്തെ തെരഞ്ഞെടുത്തതിൽ ഷോപ്പിങ്മാൾ വഹിച്ച പങ്ക് ചെറുതല്ല.

അടുത്തമാസം നടക്കുന്ന ലോക സുന്ദരിപ്പട്ടത്തിനായി 'മിസ് കാനന പിങ്കിമാൻ' മരഞ്ചേഷ് ക്ലിനിക്കൽ നിത്യസന്ദർശകയാ യി. പിങ്കിക്കായി, മാലു അയൽക്കാട്ടിലെ സുന്ദരിമാർക്കുല ഭിക്കാത്ത പ്രത്യേകം   ഡിസൈനുകൾ പിങ്കിക്കായി അതീവ

രഹസ്യമായി തയാറാക്കിവരുന്നു.

ലില്ലി തയാറാക്കുന്ന 'ഹെൽത്തി ഫുഡ്' മാത്രമേ പിങ്കി ഇപ്പോൾ ഉപയോഗിയ്ക്കാറുള്ളൂ. ഒളിമ്പിക്സ് താരങ്ങൾ മണിയൻസ് സ്പെഷ്യൽ ഹെൽത്ത് ഡ്രിങ്ക് രഹസ്യമായി ശീലിക്കുന്നു.

പെട്ടെന്നൊരു ദിവസം എല്ലാം തകിടം മറിഞ്ഞു! പിങ്കീസ് സ്പെഷ്യൽ കോസ്റ്റ്യൂംസ് ആരോ മോഷ്ടിച്ചു. മാലുവിനും പിങ്കിക്കും മാത്രമറിയാവുന്ന രഹസ്യം എങ്ങനെ പുറത്തായി? ആഭ്യന്തരവകുപ്പും കിട്ടൻസ് ഏജൻസിയും വെവ്വേറെ അന്വേഷണം ആരംഭിച്ചു.

അടുത്തദിവസം പിങ്കിയുടെ ഡയമണ്ട് ശേഖരമാണ് നഷ്ടമായത്. വീട്ടുകാർക്കുമാത്രം അറിയുന്ന സ്വകാര്യ സ്ഥലമാണ് കുത്തിത്തുറന്ന് മോഷണം നടത്തിയത്.

മൂന്നാംദിനം കാനനറിസർവ് ബാങ്കിലും കള്ളൻ വിളയാടിത്തിമിർത്തു.

"പ്രധാനമന്ത്രി രാജിവയ്ക്കുക; ആഭ്യന്തരമന്ത്രി രാജിവയ്ക്കുക, രാഷ്ട്രപതി ഭരണം ഏർപ്പെടുത്തുക. പ്രതിപക്ഷം കാനന സഭ സ്തംഭിപ്പിച്ചു. പതിവുപോലെ വോക്കൗട്ടു നടത്തി."

ഉറക്കംതൂങ്ങികളായ മൂങ്ങാലന്റെ നേതൃത്വത്തിൽ വായുസേനയും ചെന്നായ് പട്ടാളവും പോലീസും നാട്ടുകാരും മരഞ്ചോഷിന്റെ സഹായത്തോടെ കിട്ടൻസ് ഡിറ്റക്റ്റീവ് യൂണിറ്റിലെ ശ്വാന സംഘവും മാറിമാറിറോന്തു ചുറ്റി. പ്രധാന സ്ഥലങ്ങളിൽ കനത്തകാവൽ ഏർപ്പെടുത്തി. എങ്ങും ശക്തമായ കാവലുണ്ടായിട്ടും ഒറ്റയ്ക്കും തെറ്റയ്ക്കും മോഷണം തുടർന്നു.

ഒടുവിൽ മരഞ്ചേഷും കിട്ടനും പ്രധാനമന്ത്രിയെ സന്ദർശിച്ച് പ്രത്യേക ദൗത്യസേനയെ നിയോഗിക്കാൻ അനുമതി തേടി. കാനന ഒളിമ്പിക്സിനു തുരങ്കം വയ്ക്കാനായി വനസ്ഥാൻ നിയോഗിച്ച ചാരസംഘമാണ് കളവിനു പിന്നിലെന്ന് നാട്ടിൽ പെട്ടെന്ന് അഭ്യൂഹം പ്രചരിച്ചു.

ഒരു ദിവസം മരഞ്ചേഷ് പ്രഖ്യാപിച്ചു. "ഇന്നു മുതൽ ദൗത്യ സേന അന്വേഷണം അവസാനിപ്പിക്കുന്നു. പ്രതികൾ പിടിയിലായി. ഉടൻ വനസുപ്രീംകോടതിയിൽ അവരെ ഹാജരാക്കും.

ഇനി എല്ലാവരും സുഖമായുറങ്ങുക."

ആ വാർത്ത കാനനവാസികളെ സന്തുഷ്ടരാക്കി. കാവൽ അവസാനിപ്പിച്ച് അവർ സ്വഗൃഹങ്ങളിലേക്ക് മടങ്ങി ശാന്തമായുറങ്ങി.

ദിവസങ്ങൾ കൊഴിഞ്ഞു വീണു. കാനനരാജ്യം ശാന്തിയുടെ വഴിയിൽ സ്വസ്ഥമായി പുലർന്നു. വനരാജ്യസ്വാതന്ത്ര്യദിനത്തിന് കഷ്ടിച്ച് ഒരാഴ്ച മാത്രമേ ഇനിയുള്ളൂ. രാജ്യം അണിഞ്ഞൊരുങ്ങി. ഷോപ്പിങ് മാൾ സജീവമായി.

അന്നുരാത്രി ഇരുളിന്റെ മറപറ്റി ഒരു സംഘം സ്വാതന്ത്ര്യദിന റാലി നടക്കുന്ന പ്രധാന സ്ഥലങ്ങളെ ലക്ഷ്യമാക്കി പതുക്കെ നീങ്ങി. എങ്ങും കൂരിരുട്ട്. അകലത്തെവിടെയോ അരണ്ട ഇത്തിരി വെളിച്ചം മാത്രം.

ഒരു സംഘം കാനനസഭാ മന്ദിരകവാടത്തെ ലക്ഷ്യമാക്കി നീങ്ങിയപ്പോൾ, മറ്റൊരു സംഘം സ്റ്റേഡിയത്തിലേക്കു നീങ്ങി. മൂന്നാം സംഘം കാനന റിസർവ് ബാങ്കിന്റെ മതിൽക്കെട്ട് ചാടി ക്കടന്നു.

അപ്രതീക്ഷിതമായി വൈദ്യുതവിളക്കുകൾ തെളിഞ്ഞു. കാനന ഒളിമ്പിക്സിനായി സജ്ജീകരിച്ച എല്ലാ വിളക്കുകളും ഒന്നിച്ചു പ്രകാശിച്ചു. ആയിരം സൂര്യൻമാർ ഒന്നിച്ച് ഉദിച്ചപോലെ. നട്ടുച്ചപോലെ നഗരം തിളങ്ങി. ദൗത്യസേനാംഗങ്ങൾ നാലു വശത്തു നിന്നും ചാടിവീണു. വമ്പൻ ചാരസംഘം പിടിയിലായി.

മരഞ്ചേഷ് നടത്തിയ തന്ത്രപരമായ നീക്കമാണ് ഫലം കണ്ടത്. "കാവൽ അവസാനിപ്പിച്ചു എന്നു പ്രചരിപ്പിച്ച ശേഷം ഞങ്ങൾ രഹസ്യവേഷങ്ങളിൽ എല്ലായിടത്തും കാവലിരുന്നു. കിട്ടൻ നായയ്ക്കൊപ്പം പ്രവർത്തിച്ചിരുന്ന പഴയ സഹപ്രവർത്ത കരാണ് ഞങ്ങളുടെ പ്രധാനശക്തി. ഒളിമ്പിക് ഗ്രാമം തയാറാക്കുന്നവരുടെ പിന്തുണ കൂടി ലഭിച്ചപ്പോൾ സംഗതി ഉഷാറായി."

"അതെയതെ, നമ്മുടെ രാജ്യത്തിന് കായികഭൂപടത്തിൽ മികച്ച സ്ഥാനം നേടുന്നതിൽ അസൂയയുള്ള, അയൽരാജ്യ ത്തിന്റെ പിന്തുണയോടെ ഈ കാട്ടുവാസികളിൽ ചിലരാണ് നമ്മുടെ പ്രധാനശത്രുക്കളായി മാറിയത്. അവരിൽ ചിലർ മോഷ

ണത്തിന് കൂടുതൽ പ്രാധാന്യം നൽകിയതാണ് പദ്ധതി പൊളി യാനുള്ള പ്രധാനകാരണം." കിട്ടന്റെ വാക്കുകൾ കരഘോഷ ത്തോടെ ജനം സ്വീകരിച്ചു.

കാനനസ്വാതന്ത്ര്യദിനത്തിന് പതാക ഉയർത്തിയ ശേഷം, പ്രധാനമന്ത്രി ആനന്ദ് ദേശീയ ബഹുമതികൾ അഭിമാനത്തോടെ വിതരണം ചെയ്തു.

കാനനശ്രീ ബഹുമതി മരഞ്ചേഷിനും കാനനഭൂഷൺ കിട്ടൻനായയ്ക്കും സമ്മാനിച്ചപ്പോൾ പൗരാവലി ആർത്തു വിളിച്ചു.

"കാനനശ്രീ മരഞ്ചേഷ് – ജയിക്കട്ടെ."
"കാനന ഭൂഷൺ കിട്ടൻ – ജയിക്കട്ടെ."

(ബുദ്ധിയാണ് ശക്തി)

ഒട്ടകത്തിന് കിട്ടിയ വരം

ഒട്ടകത്തിന് ഒരാഗ്രഹം, തന്റെ കഴുത്ത് യഥേഷ്ടം നീട്ടാനും കുറുക്കാനും കഴിഞ്ഞിരുന്നെങ്കിൽ എത്ര എളുപ്പമായിരുന്നു. കഴു ത്തുനീട്ടി എത്ര ദൂരെയുള്ള കായ്കനികളും ഇലകളും തിന്നാം. ഭക്ഷണം തേടി അലഞ്ഞുതിരിയേണ്ട. എന്താണു വഴി? ഒട്ടകം ചിന്തിച്ചു? ദൈവത്തോട് പ്രാർഥിച്ചുനോക്കാം. ഫലം കിട്ടാതിരി ക്കില്ല.

ഒട്ടകം ദിവസങ്ങളോളം ദൈവത്തെ വിളിച്ച് പ്രാർഥന നട ത്തി. ഉഗ്രമായ തപസുതന്നെ. ഒടുവിൽ ദൈവം പ്രത്യക്ഷപ്പെട്ടു.

കുഞ്ഞേ, എന്തുവേണം? എന്തിനാണിത്ര കടുത്ത തപസ്സ്?

"മഹാപ്രഭോ, ഈയുള്ളവൻ ഭക്ഷണം തേടി നടന്നു വല ഞ്ഞു. അതിനാൽ എന്റെ കഴുത്ത് ഇഷ്ടം പോലെ നീട്ടാനും ചുരുക്കാനും കഴിയണം."

"അതുവേണോ? അതിബുദ്ധി ആപത്താകും. ഓരോരു ത്തർക്കും ഓരോ കഴിവും കഴിവുകേടും പ്രകൃത്യാ തന്നെ ഉള്ളതല്ലേ. അത് മാറ്റാൻ പാടില്ല. മറ്റെന്തു വരമാണ് വേണ്ടത്?"

"അരുത് പ്രഭോ അങ്ങനെ പറയരുത്, ഈയൊരു വരം മാത്രമേ ഞാൻ ആഗ്രഹിക്കുന്നുള്ളൂ. ഇത് സാധിപ്പിക്കണേ:"

"എന്നാൽ നിന്റെ ഇഷ്ടം നടക്കട്ടെ, വിനാശകാലേ വിപരീ

തബുദ്ധി എന്നാണല്ലോ?"

വർധിച്ച സന്തോഷത്തോടെ ഒട്ടകം, കഴുത്തുനീട്ടി, തളിരി ലകൾ തേടിച്ചെന്ന് മതിവരെ ആഹരിച്ചു. ഇത് ഒരു പതിവായി മാറി. ആകാശംമുട്ടെ കഴുത്തുനീട്ടാൻ കഴിയുമെന്ന് അഹങ്കരിച്ച് ആ ജീവി നാടും കാടും മുഴുവനും തേടി ആഹാരം കണ്ടെത്തി. മറ്റുള്ളവർക്ക് അവനെക്കുറിച്ചും ഭയവും അത്ഭുതവുമാണ് തോന്നിയത്.

ആ കാട്ടിൽ കുറച്ചകലെ ആളൊഴിഞ്ഞ ഒരു ഗുഹയിൽ ഒരു കുറുക്കനും, കുറുക്കത്തിയും പാർത്തുവന്നിരുന്നു. മഴക്കാലമാ

ന്നു. ഒട്ടകം മാത്രം യാതൊരല്ലലും കൂടാതെ തീറ്റതേടിനടന്നു.

പതിവുപോലെ ഒട്ടകം കഴുത്തു നീട്ടി ഇരതേടിപ്പോകു മ്പോൾ, അതിശക്തമായ കാറ്റും മഴയും വന്നു. ശക്തിയോടെ ഇടിയും മിന്നലും വന്നു. ഒട്ടകം ഭയന്നു. തണുത്തു വിറച്ച് കഴുത്ത് പിൻവലിച്ചു. അവിടെക്കണ്ട ഒരു ഗുഹയിൽ കഴുത്ത് കടത്തി രക്ഷ നേടി.

നിർഭാഗ്യമെന്നു പറയട്ടെ വിശന്നുവലഞ്ഞ് തണുത്തുവിറ

ച്ചിരുന്ന ഒരു കുറുക്കൻ കുടുംബത്തിന്റെ ഗുഹയായിരുന്നു അത്. അപ്രതീക്ഷിതമായി മുന്നിലെത്തിയ ഇരയെക്കണ്ട് കുറുക്കനും കുറുക്കത്തിയും ആവേശത്തോടെ ചാടിവീണ് ഒട്ടകത്തിന്റെ കഥ കഴിച്ചു.

പാവം ഒട്ടകം, നീണ്ട കഴുത്ത് അതിന് ശാപമായി. ഇരതേടി അലയാൻ മടിച്ച് അതിബുദ്ധികാട്ടിയ ഒട്ടകത്തിന് ലഭിച്ച വരം അതിന്റെ മരണത്തിന് വഴിവച്ചു.

(അതിബുദ്ധി ആപത്ത്
പ്രകൃതി നിയമം അലംഘനീയം)

രാജ്യാഭിഷേകം

"രാവിലെ ഇറങ്ങിയതാണ് എത്ര വീടുകൾ കണ്ടു. നൂറുക ണക്കിനു കോഴികൾ, എന്തുഫലം? യോഗം വേണം അതിനും. എല്ലാ വീട്ടിലും ശക്തമായ മതിലും ഗേറ്റും കൂറ്റൻ കാവൽ നായ് ക്കളും എന്താ ചെയ്ക? കുടലു കരിഞ്ഞു മണക്കുന്നു". കേളു ക്കുറുക്കൻ നിരാശയോടെ നടന്നു.

പോകുംവഴിക്കതാ ഒരു ചിത്രകാരന്റെ പണിശാല. ഹായ്! എന്തു ഭംഗി. എത്രയെത്ര ചിത്രങ്ങൾ, ആന, സിംഹം, കടുവ, പുലി എല്ലാത്തിനേയും വരച്ചു വച്ചിരിക്കുന്നു. ജീവനുള്ളതാ ണെന്നു തോന്നും.

ഈ ചിത്രകാരനാണെന്നുതോന്നുന്നു പുലികളിക്കാരെ അണിയിച്ചൊരുക്കുന്നത്. പുലിയും കടുവയുമായി രൂപമാറ്റംവന്ന മനുഷ്യരെ അവൻ കണ്ടിട്ടുമുണ്ട്. പെട്ടെന്ന് കേളുവിന് ഒരു സൂത്രം തോന്നി. അവൻ ഒരിടത്തുമറഞ്ഞിരുന്ന് ചിത്രപ്പണി നിരീ ക്ഷിച്ചു.

കുറച്ചുസമയം കഴിഞ്ഞപ്പോൾ ചിത്രകാരൻ എന്തോ ആവ ശ്യത്തിന് പുറത്തുപോയി. ഇതുതന്നെ നല്ല അവസരം. കേളു മഞ്ഞച്ചായം മേലാകെ വാരിപ്പൂശി. കറുത്ത ചായംകൊണ്ട് പുള്ളി കുത്തി. അവിടെക്കിടന്ന മുഖംമൂടി എടുത്തണിഞ്ഞു. അസ്സലൊരു പുള്ളിപ്പുലി!

"ഹൊ, ഇപ്പോഴെന്നെകണ്ടാൽ ആരും തിരിച്ചറിയില്ല. ഞാനിതാ ഒരു പുലിയായി മാറിയിരിക്കുന്നു".

"തന്റെ മുതുമുത്തച്ഛൻ പണ്ട് കാട്ടിലെ രാജാവായിരു ന്നു.'നീലക്കുറുക്കൻ' എന്നറിയപ്പെട്ടിരുന്ന മുത്തച്ഛന്റെ കഥ മുത്തശ്ശി കുട്ടിക്കാലത്ത് എത്ര തവണ പറഞ്ഞുതന്നിട്ടുണ്ട്".

"എന്തുകൊണ്ട് തനിക്ക്, ആ വിദ്യ പരീക്ഷിച്ചുകൂടാ?"

"അതെ, അതാണുവേണ്ടത്. തന്നെ കള്ളക്കുറുക്കനെന്ന് പരി ഹസിക്കുന്ന മൃഗങ്ങളെ ഒരു പാഠം പഠിപ്പിക്കണം. ഇനി വൈകി ക്കൂടാ".

നേരം പുലരുന്നതേയുള്ളൂ. തലേന്ന് ഒരുവക കഴിച്ചിട്ടില്ല. പാവം കേളു, അവൻ കാട്ടരുവിക്കു സമീപമുള്ള പാറക്കെട്ടിൽ ചാഞ്ഞുമയങ്ങി.

സൂര്യവെളിച്ചം ഉച്ചിയിൽ പതിച്ചപ്പോഴാണ് കേളു ഉറക്കം വിട്ടുണർന്നത്. കണ്ണുതുറന്നുനോക്കിയപ്പോൾ ആശ്ചര്യപ്പെട്ടുപോ യി. വലിയൊരും മൃഗസഞ്ചയം തനിക്കു ചുറ്റും കൂടി നിൽക്കുന്നു.

ഇതുതന്നെ പറ്റിയ അവസരം "ഏയ് കാനനവാസികളേ നമസ്കാരം, ഞാൻ 'ഷേരുഖാൻ'! വനസ്ഥാൻ പ്രധാനമന്ത്രി സുഷേർകാസിംഖാന്റെ അനന്തിരവൻ. രാജഭരണമെല്ലാം അവ സാനിച്ചിട്ടു നാളേറെയായി. ഇന്നെല്ലായിടത്തും ജനകീയ സർക്കാ രുകളാണ്. നമുക്കുംവേണ്ടേ ഒരു പ്രധാനമന്ത്രി?

നിങ്ങൾ നിർബന്ധിക്കുക്കയാണെങ്കിൽ ഞാൻ ആ സ്ഥാനം ഏറ്റെടുക്കാം. എന്താ വിരോധമുണ്ടോ".

ആരു മിണ്ടാൻ, പറയുന്നത് പുലിയല്ലേ?

പക്ഷേ ചെറുപ്പക്കാരുടെ സംഘത്തിന് ഇതത്ര രസിച്ചില്ല. ഇതിലെന്തോ ചതിയുണ്ട്. സരാജ് വാനരനാണ് ആദ്യം പറഞ്ഞത്.

"യവനൊരു പുലിയാണോഡേയ്? അതോ....???"

ആ ചർച്ച അവിടെ രഹസ്യമായി സമാപിച്ചു.

പിറ്റേന്ന് അതിവിപുലമായ സത്യപ്രതിജ്ഞാചടങ്ങ് സംഘ ടിപ്പിക്കപ്പെട്ടു. യുവസംഘം എന്തിനും തയാറായി മുന്നിലുണ്ട്.

സരാജ് ഉറക്കെ പ്രഖ്യാപിച്ചു "ബഹുമാനപ്പെട്ട പ്രധാനമ ന്ത്രിയുടെ സത്യപ്രതിജ്ഞയ്ക്കുമുമ്പ് വനപാരമ്പര്യപ്രകാരം

ഷേരുഖാന് രാജകീയ മര്യാദയിൽ അഭിഷേകം നടത്തുന്നു. ഏവരും പാറക്കെട്ടിനു സമീപം എത്തിച്ചേർന്നാലും. യുവനേതാവായ ഗജേഷ് ചതോപാധ്യായ രാജ്യാഭിഷേകം നടത്തുന്നു..."

ഡംബോ സർക്കസിൽനിന്നും ലീവിനു നാട്ടിലെത്തിയ ഗജേഷ് ഒരു കലശവും തുമ്പിയിലേന്തി പാറക്കെട്ടിനരികിലെത്തി.

സുഗന്ധദ്രവ്യങ്ങൾ അടങ്ങിയ കലശം ഗജേഷ് ഷേരുവിന്റെ ശിരസ്സിൽ അഭിഷേകം ചെയതു. സുഗന്ധത്തേക്കാൾ ദുർഗ്ഗന്ധമാണ് കേളുവിനം അനുഭവപ്പെട്ടത്. ഓ കേളുവല്ല...ഷേരു, കേളു ഷേരുവായി മാറിയല്ലോ അല്ലേ?...

അഭിഷിക്തനായ ഷേരുഖാൻ ജയാരവങ്ങളോടെ ആനപ്പുറത്ത് എഴുന്നള്ളി ഗജേഷ് കേളുവിനേയും വഹിച്ച് പതുക്കെ നടന്നു.

ദേഹമാകെ ചൊറിയുന്നുവല്ലോ? ഇതെന്താണ് പറ്റിയത്. ചൊറിയണമോ? നായ്ക്കരണമോ? മണ്ണെണ്ണയുടെ മണവുമുണ്ടല്ലോ? എന്തുപറ്റിയെന്നു മനസിലായില്ല. ഇവന്മാർ മണ്ണെണ്ണയാണോ ദൈവമേ കോരിയൊഴിച്ചത്?

സംശയം ശരിയായിരുന്നു. മണ്ണെണ്ണയിൽ ചൊറിയൻപൊടി കലക്കിയാണ് "രാജ്യാഭിഷേകം" നടത്തിയത്. മണ്ണെണ്ണയല്ലേ സാധനം! പെയിന്റ് അലിഞ്ഞുതുടങ്ങി. പാവം കേളു.! അവന്റെ പുള്ളികളെല്ലാം മാഞ്ഞുപോയി. ഒപ്പം കള്ളവും... ഗജേഷ് മുഖം മൂടികൂടി വലിച്ചെടുത്തപ്പോൾ? !!...

"അയ്യോ! കഷ്ടം, ഇതൊരു വയസൻ കുറുക്കനാണല്ലോ?

പ്രധാനമന്ത്രിയാകാൻ പുറപ്പെട്ട കള്ളക്കുറുക്കന് ജയഘോഷം മുഴക്കിയിരുന്ന മൃഗസമൂഹത്തിലേക്ക് ഗജേഷ് അദ്ദേഹത്തെ സമർപ്പിച്ചു. പിന്നത്തെ കഥ പറയണോ!

കൂവലുകൊണ്ട് അഭിഷേകം, ഹസ്തദാനമായി നല്ല അടി! കൂടാതെ ചവിട്ടും കുത്തും കല്ലേറും. വിദേശരാജകുമാരനായി എത്തിയ ഷേരുഖാനെ ആഘോഷപൂർവം വിദേശത്തേക്ക് യാത്രയാക്കി. സൂത്രക്കാരനുപറ്റിയ അമളികണ്ടില്ലേ.

(വേഷം കെട്ടൽ ദോഷം ചെയ്യും)

ബലൂണുകൾ

മേലേക്കാവ് മുല്ലവള്ളി ക്ഷേത്രത്തിലെ തിരുവാതിര ഉത്സ വം. ആനയും മേളവും കലാപരിപാടികളും എല്ലാം ഉണ്ട്. എന്നാൽ കുട്ടികളുടെ നോട്ടം കളിപ്പാട്ടക്കടകളിലേക്ക് മാത്രമാ ണ്. ആൾത്തിരക്കിൽ തെല്ലുമാറി സ്ഥാനംപിടിച്ചിട്ടുണ്ട് ബലൂൺ വിൽപ്പനക്കാരൻ മുനിയാണ്ടി.

കുട്ടികളുടെ പ്രിയപ്പെട്ട മത്തങ്ങാബലൂണും കിലുക്കു ബലൂണും എല്ലാം അവിടെയുണ്ട്.

മത്തങ്ങാ ബലൂൺ: "ഞാനാണല്ലോ മുതലാളിയുടെ പ്രധാന കച്ചവടവസ്തു. ഏതു കുട്ടിയും എന്നെ സ്വന്തമാക്കാൻ മത്സ രിക്കും".

"ഹും, നീയൊരു പഴഞ്ചൻ, നിന്നെ ആർക്കുവേണം. ആകാ ശത്തുകൂടി പറന്നുയരുന്ന ഞാനാണ് യഥാർഥ വീരൻ" ഹൈഡ്ര ജൻ ബലൂൺ വീമ്പിളക്കി.

"ഓ! ഒരാളു വന്നേക്കുന്നു. നീയും അത്ര ഞെളിയണ്ട. ഉയ രത്തിൽ സുൽത്താനായ എന്റെ മുന്നിൽ നീ വെറും ശിശു." നീളൻ ബലൂൺ വിട്ടുകൊടുത്തില്ല.

ബലൂണുകൾ ഒന്നൊന്നായി വിറ്റുതീർന്നു. മത്തങ്ങാ ബലൂണും ഹൈഡ്രജൻ ബലൂണും വാങ്ങി ഒരു കുട്ടി സൈക്കി ളിൽ വച്ചുകെട്ടി.

സൈക്കിൾ കുതിച്ചുപാഞ്ഞു. ചക്രത്തിൻമേലുരഞ്ഞ് മത്തങ്ങാ ബലൂൺ പൊട്ടിപ്പോയി.

ഹൈഡ്രജൻ ബലൂണാകട്ടെ നൂലുപൊട്ടി ഉയരത്തിലേക്ക് പറന്നുയർന്നു. പാവം, അവൻ വെയിലത്ത് പൊട്ടിപ്പോയി.

സൈക്കിൾ സ്റ്റാൻ‍റിലിട്ടശേഷം ആ കുട്ടി എങ്ങോ നീങ്ങിയ നേരം ഒരു കാക്കവന്ന് നീളൻ ബലൂൺ കുത്തിപ്പൊട്ടിച്ചു.

പാവം കുട്ടി അവൻ നിരാശനായി. ഒരൊറ്റ ബലൂൺ പോലു മില്ല. കുഞ്ഞനുജത്തി നോക്കിയിരിക്കും. ഇനി എന്തുചെയ്യാൻ?

അവൻ വീണ്ടും ഉത്സവപ്പറമ്പിലെത്തി.

"അയ്യോ! മോനേ ബലൂണെല്ലാം തീർന്നല്ലോ. ആകെ ഇനി ബാക്കിയുള്ളത് ഈ കിലുക്കു ബലൂൺ മാത്രം. അതാർക്കും വേണ്ട".

"അതെങ്കിൽ അത്. ഒന്നുമില്ലാത്തതിലും ഭേദമല്ലേ?" അവൻ കിലുക്കുബലൂണുമായി വീട്ടിലെത്തി.

"ഹായ്! ഏട്ടാ നല്ല ബലൂൺ. എനിക്കിഷ്ടമായി. വലിയ ബലൂ ണുകളെക്കാൾ എനിക്കിഷ്ടം ഇതാണ്. നല്ല ഏട്ടൻ".

ആ കുഞ്ഞു സഹോദരി ഏട്ടനെയും ബലൂണിനെയും മാറി മാറി ഉമ്മവച്ചു. ഏട്ടൻ സന്തോഷത്തോടെ ചിരിച്ചു. ഒപ്പം നമ്മുടെ കിലുക്കുബലൂണും!

(താഴ്മതാനഭ്യുന്നതി)

വീപ്പയിലൊളിച്ച കുറുക്കൻ

വേലുക്കുറുക്കൻ രാവിലെ ഒരു മൂളിപ്പാട്ടുമായി ഇറങ്ങിയ താണ്. "എന്റെ ഖൽബിലെ വെണ്ണിലാവു നീ നല്ല കോഴിക്കാ ലേ...." കാടുമുഴുവനും നടന്നിട്ടും ഒരു കാക്കയെപ്പോലും കിട്ടി യില്ല.

നടന്നു നടന്ന് നാട്ടിൻപുറത്തു ചെന്നുപെട്ടു. എങ്ങും മനു ഷ്യർ മാത്രം. നേരം സന്ധ്യയായി. അതാ ഒരു കോഴിക്കൂട്. "ഹോ! തേടിയവള്ളി കാലിൽ ചുറ്റി". കോഴിക്കൂട്ടിൽ കൈയിട്ടതും കോഴി കൾ ലഹളതുടങ്ങി.

ശബ്ദംകേട്ട വീട്ടുകാർ പട്ടിയെ തുറന്നുവിട്ടു. "ടൈഗർ" ആളു പുലിയാണുകേട്ടോ. അവൻ ശക്തിയോടെ കുരച്ചു ചാടി. പാവം വേലു ജീവനുംകൊണ്ടോടി.

വേലു ഓടടാ ഓട്ടം. തൊട്ടുപിന്നാലെയുണ്ട് ടൈഗർ. ഓടി യോടിത്തളർന്ന അവൻ ഭാഗ്യവശാൽ ഒരു ടാർവീപ്പ കണ്ടെത്തി. അതിൽക്കയറി ഒളിച്ചിരിപ്പായി.

ടൈഗർ വന്നപ്പോൾ വേലുവിനെ അവിടെയെങ്ങും കണ്ടി ല്ല. കുറുക്കൻ സമാധാനമായി ഉറക്കം പിടിച്ചു.

സമയം കടന്നുപോയി. നിയന്ത്രണം തെറ്റിവന്ന ഒരു കൂറ്റൻ ലോറി ടാർവീപ്പ ഇടിച്ചുതെറിപ്പിച്ചു.

ടാർവീപ്പ ഉരുണ്ടുരുണ്ടുപോയി... ഒപ്പം കുറുക്കനും. ഉരുണ്ടു രുണ്ടുരുണ്ട് തലകുത്തനെ ഒരു പൊട്ടക്കിണറ്റിലേക്ക് വീണു.

പാവം വേലുക്കുറുക്കൻ! അവന്റെ കൈയും കാലും നടുവും ഒടിഞ്ഞു.

പിന്നീടൊരിക്കലും ആ കുറുക്കൻ ഇരതേടി നാട്ടിലേക്ക് വന്നിട്ടില്ല.

മിന്നുവിന്റെ മുട്ടകൾ

പേരാലിന്റെ കൊമ്പിലാണ് മിന്നുക്കിളി കൂടുവെച്ചത്. ചിന്നനും മിന്നുവും കൂടി എത്രനേരംകൊണ്ടാണെന്നോ ആ മനോഹരമായ കൂട് ഉണ്ടാക്കിയത്.

ഏറെത്താമസിയാതെ അവൾ നാലു മുട്ടയിട്ടു. തുടുത്തു മിനുത്ത മുട്ടകൾ. അവളുടെ സ്വപ്നങ്ങൾ ചിറകുവച്ച് പറന്നു. രാവും പകലും അവൾ മുട്ടയ്ക്ക് അടയിരുന്നു. ചിന്നന് നൂറു കൂട്ടം തിരക്കാണത്രെ. യാത്ര തന്നെ യാത്ര....

മിന്നുവിന് തീറ്റതേടാൻ പോലും സമയമില്ല. അഥവാ കൂടു വിട്ടിറങ്ങിയാൽ അവൾ വല്ലതും കൊത്തിത്തിന്ന് വേഗം മടങ്ങും. ചിന്നൻ വരുമ്പോൾ രാത്രിയാവുമല്ലോ....

തീറ്റതേടി പുറത്തിറങ്ങിയ മിന്നു തിരിച്ചെത്തിയപ്പോൾ കണ്ട കാഴ്ച ദയനീയമാണ്. പാവം, അവളുടെ മുട്ടയെല്ലാം ഏതോ ദുഷ്ടന്മാർ പൊട്ടിച്ചു കുടിച്ചിരിക്കുന്നു. കഷ്ടം! മിന്നു വലിയ വായിൽ നിലവിളിച്ചു.

കരഞ്ഞു തളർന്ന അവളോട് ചിന്നൻ പറഞ്ഞു. "സാരമില്ല മിന്നൂ... ഇനി ഈ അബദ്ധം ഉണ്ടാവില്ല, പോട്ടെ...."

ദിവസങ്ങൾക്കുള്ളിൽ മിന്നു വീണ്ടും മുട്ടയിട്ടു. ഓമനത്തം തുളുമ്പുന്ന മുട്ടകൾ. പ്രതീക്ഷയോടെ അടയിരുന്നു. ചിന്നൻ ഇത്ത

വണ അധികം ദൂരെയൊന്നും പോകില്ല, തീറ്റതേടിനടന്ന് മിന്നു വിനെ മറക്കില്ല, എന്നും അവൾക്കുള്ള പങ്ക് കൊക്കിൽ കരുതി യിട്ടേ ചിന്നൻ വരാറുള്ളൂ.

ഒരുദിവസം എത്രയായിട്ടും ചിന്നൻ വന്നില്ല. മിന്നുവിന് വിശപ്പ് അസഹ്യമായി. അവൾ മടിയോടെയെങ്കിലും തീറ്റതേടി ഇറങ്ങി. മടങ്ങിവന്നപ്പോളോ...കഷ്ടം!

വീണ്ടും ആരോ ചതിച്ചിരിക്കുന്നു. കലങ്ങി മറിഞ്ഞ കണ്ണു കളുമായി അലറിക്കരഞ്ഞുകൊണ്ട് മിന്നു കാട്ടിലും മേട്ടിലും ശത്രു

വിനെത്തേടി പറന്നു നടന്നു. എന്തു ഫലം? ആരെയും കണ്ടെ ത്താനായില്ല.

കരഞ്ഞു തളർന്ന മിന്നുവിനെക്കണ്ട് മാലുതത്തയ്ക്ക് സങ്കടം തോന്നി. മാലു മിന്നുവിന് ധൈര്യം പകർന്നു.

"മിന്നൂ, നീ കരയണ്ട; ഇനി നിനക്ക് യാതൊരു ദു:ഖവും ഉണ്ടാകില്ല. നിനക്കു തുണയായി ഞാനുണ്ട്.

മാലുവിന്റെ വാക്കുകൾ മിന്നുവിന് ആശ്വാസം നൽകി.

എല്ലാം കഴിഞ്ഞപ്പോഴാണ് ചിന്നന്റെ വരവ്. അവൻ മിണ്ടാതെ തലതാഴ്ത്തി നിന്നു.

അടുത്ത തവണ മാലുവിന്റെ കൂട്ടിലാണ് മിന്നു മുട്ടയിട്ടത്. ചിന്നനെപ്പോലും അറിയിക്കാതെ രഹസ്യമായിട്ടാണെന്നു മാത്രം. പകൽ ചിന്നു മുട്ടകൾക്ക് അടയിരിക്കും രാത്രി മാലുവും: ചിന്നൻ ഇതൊന്നു മറിയാതെ ചോദിച്ചു.

"ഏയ്, മിന്നൂ എന്താണ് നീ ഇതുവരെ മുട്ടയിടാത്തത്? എനിക്ക് തിടുക്കമായി."

എന്ന് പറഞ്ഞ് ചിന്നൻ തീറ്റതേടിപ്പറന്നു.

അന്നുവൈകുന്നേരം വരുമ്പോൾ മിന്നു മുട്ടയിട്ട് അടയിരി ക്കുന്നതു കണ്ട് ചിന്നൻ സന്തോഷിച്ചു. പിറ്റേന്നും അവൻ പതി വുപോലെ സഞ്ചാരം തുടർന്നു.

മിന്നുവിന്റെ കൂട്ടിൽ ഇപ്പോൾ നാലു മുട്ടകളുണ്ട്. തത്തക്കൂ ട്ടിലുമുണ്ട് നാലു മുട്ടകൾ. ചിന്നൻ തീറ്റതേടിയിറങ്ങിയ ഉടൻ മിന്നു അത്തിമരത്തിലെ തത്തക്കൂട്ടിലെത്തി മുട്ടകൾക്ക് അടയി രുന്നു. മാലു പച്ചിലപ്പടർപ്പിൽ മറഞ്ഞിരുന്ന് മിന്നുവിന്റെ കൂടിനു കാവലിരുന്നു.

സമയം കടന്നുപോയി. അതാ ചിന്നൻ പറന്നു വരുന്നു, കൂട്ടിൽ ആരുമില്ല. അവന് സന്തോഷമായി. അവൻ ഒരു ശബ്ദം പുറപ്പെടുവിച്ചു. പുറകെയതാ മറ്റൊരു കിളി പറന്നുവരുന്നു.

സംശയം കൂടാതെ ആ ദുഷ്ടക്കൂട്ടം കൂട്ടിലേക്ക് കയറി ആർത്തിയോടെ മുട്ടകളിൽ ആഞ്ഞുകൊത്തി. അയ്യോ! അവർ ഉറക്കെക്കരഞ്ഞു. മുട്ടയെന്നു കരുതി കൊത്തിയത് ഉരുണ്ട വെള്ളാരം കല്ലുകളിലാണ്. അവരുടെ കൊക്കു തകർന്നു.

ചിന്നനെയും പുതിയ കൂട്ടുകാരിയെയും മാലുവും മിന്നുവും കൂടി കൊത്തിയോടിച്ചു.

ദിവസങ്ങൾക്കകം മിന്നുവിന്റെ മുട്ടകൾ വിരിഞ്ഞ് നാല് ഓമ നപ്പൈതങ്ങൾ പുറത്തുവന്നു. മാലു സന്തോഷത്തോടെ പുഞ്ചി രിച്ചു.

(പലനാൾ കള്ളൻ ഒരുനാൾ വലയിൽ)

മനം മാറ്റം

മീനു വികൃതിയായ ഒരു പെൺകുട്ടിയാണ്. അച്ഛനു മമ്മയ്ക്കും മുത്തശ്ശിക്കും ഏട്ടനുമൊപ്പം അവൾ സന്തോഷ ത്തോടെ ജീവിച്ചു വരുന്നു. സാധാരണ പെൺകുട്ടികളെ അപേ ക്ഷിച്ച് അവൾക്ക് എല്ലാ കാര്യങ്ങൾക്കും ചുറുചുറുക്കായിരുന്നു. പഠനത്തിനും കളികൾക്കും അവൾ എന്നും ഒന്നാമതായിരുന്നു.

പക്ഷേ അവൾക്കൊരു ദുശ്ശീലമുണ്ട്. സഹജീവികളെ അവൾ കണ്ടമാനം ദ്രോഹിക്കും. ചെറിയ കുട്ടികളെ നുള്ളിക്കരയിക്കും. മുതിർന്നവരെപ്പോലും അവൾ ബഹുമാനിക്കില്ല.

ഉറുമ്പുകളെ കശക്കിയെറിയും. തുമ്പി, പൂമ്പാറ്റ എന്നിവയെ പിടിച്ച് നൂലുകെട്ടിവിടും. പാറ്റ മുതൽ പൂച്ച വരെ അവളുടെ കുസൃതിക്ക് ഇരകളാണ്. അച്ഛനുമമ്മയും വാത്സല്യം കൊണ്ട് അവളെ ഒരിക്കലും വഴക്കുപറയുന്നില്ല. ഇതും അവൾക്ക് വളമായി.

ഈ സ്വഭാവം മൂലം മീനു പലപ്പോഴും സ്കൂളിലും ഒറ്റപ്പെ ട്ടു. "ഏട്ടനുപോലും അവളെ പേടിയാണത്രെ! "കൂട്ടുകാരികൾ പറഞ്ഞ് ചിരിക്കും അത് അവളെ കൂടുതൽ ദേഷ്യക്കാരിയാക്കി.

ആരെങ്കിലും ഏട്ടന് പ്രത്യേകമായി എന്തു കൊടുത്താലും അത് അവൾ വാശിപിടിച്ച് വാങ്ങും. എല്ലാം "ഏട്ടനെയുള്ളൂ എനി ക്കൊന്നുമില്ല," അവൾ ആ വീട് മറിച്ചുവയ്ക്കും."

മുത്തശ്ശിമാത്രം അവളെ ഇടയ്ക്കിടെ സ്നേഹപൂർവം ഗുണ ദോഷിക്കും.

ഒരുദിവസം ഏട്ടന്റെ കൂട്ടുകാർ വീട്ടിൽ വന്നപ്പോൾ മുത്തശ്ശി അവർക്ക് പ്രത്യേകമായി പലഹാരങ്ങൾ നൽകി. കഷ്ടകാലത്തിന് മീനുവിന് ഒന്നും കിട്ടിയില്ല. അവൾ ദേഷ്യത്തോടെ ഏട്ടനെ കസേ രയിൽ നിന്നും ഒറ്റത്തള്ള്. കസേര സഹിതം അവൻ മറിഞ്ഞു വീണു പാവം.

സഹികെട്ട മുത്തശ്ശി അവൾക്ക് നല്ല രണ്ടടി കൊടുത്തു. ജീവിതത്തിൽ ആദ്യമായി കിട്ടിയ അടി അവളെ കരയിപ്പിച്ചു.

കുറച്ച് കഴിഞ്ഞ് മുത്തശ്ശി പറഞ്ഞു "മോളേ, കരയണ്ട. നിന ക്കുള്ള പലഹാരം ഞാൻ ആദ്യമേ മാറ്റിവെച്ചിട്ടുണ്ട്. ഇതാ കഴി ക്ക്. പിന്നെ ഒരു കാര്യം. നാം മറ്റുള്ളവരെ ദ്രോഹിച്ചാൽ നമുക്ക് നാശമേ വരൂ."

വാശിപിടിച്ച് അവൾ ഒന്നും കഴിക്കാതെ കിടന്നു. ഉറക്കം വരാതെ വളരെ നേരം തിരിഞ്ഞും മറിഞ്ഞുംകിടന്ന അവൾ ചിന്തി ച്ചു. താൻ എത്ര പേരെയാണ് ദ്രോഹിച്ചത്. അവർ തന്നോട് പ്രതി കാരം ചെയ്യുമോ? പലതും ചിന്തിച്ച് മീനു ഉറക്കം പിടിച്ചു.

ഉറക്കത്തിൽ അവൾ ഒരു ഭയങ്കര സ്വപ്നം കണ്ടു. വലിയ ഒരു കാട്ടിൽ താൻ ഒറ്റയ്ക്ക് ചുറ്റും ഭീകരരൂപികളായ പാറ്റ, പല്ലി, പുഴു, പൂമ്പാറ്റ, ഉറുമ്പ്, എന്നിവയും. അവ തനിക്കു നേരെ പാഞ്ഞ ടുക്കുന്നു."

"ഏയ് പെണ്ണേ..... നിൽക്കവിലെ നീ ചെയ്തദ്രോഹങ്ങൾ മൂലം കഷ്ടത്തിലായ ഞങ്ങൾ... നിന്നെ വെറുതേ വിടില്ലാ......"

പല്ലു. കൈക്കാലുകളുമുയർത്തി അവ മീനുവിനുമേൽ ചാടിവീണു.

"അയ്യോ! അമ്മേ.. എന്നെക്കൊല്ലുന്നേ!"

അവൾ ഉറക്കെ നിലവിളിച്ചു,.... ചാടി എഴുന്നേറ്റപ്പോൾ, ചുറ്റും, ചേട്ടനും, അമ്മയും, മുത്തശ്ശനും, മുത്തശ്ശിയും.... മീനു നാണിച്ചു പോയി.... അന്നുമുതൽ അവൾ ദ്രോഹബുദ്ധി വെടിഞ്ഞ്, മിടുമിടുക്കിയായി...

"അമ്മേ" എന്നു വിളിച്ചു കരഞ്ഞ് മീനു ചാടിയെഴുന്നേറ്റു. അതിനുശേഷം മീനു ആരെയും ദ്രോഹിച്ചിട്ടില്ല.

അഹങ്കാരിയുടെ പതനം

കൊടുമലക്കാട്ടിൽ ഒരു ഭീകരനായ കൊലകൊമ്പനാന, ആരേയും കൂസാതെ മദിച്ചു വാണിരുന്നു. മറ്റു ജീവികൾ അവ നെക്കൊണ്ട് പൊറുതി മുട്ടി.

അവൻ കിളിക്കൂടുകളും ഉറുമ്പിൻ പുറ്റുകളും എല്ലാം തട്ടി ത്തകർക്കും. കണ്ണിൽ കാണുന്ന ചെറുമൃഗങ്ങളെയെല്ലാം ആട്ടി യോടിക്കും. തരം കിട്ടിയാൽ അവയെ ദ്രോഹിക്കും. സിംഹരാജ നുപോലും അവനെ ഭയമാണ്.

ഒരുദിവസം കൊലകൊമ്പൻ ഇല്ലാത്ത സമയം നോക്കി കാട്ടു മൃഗങ്ങൾ യോഗം ചേർന്നു. ഇവനെ വകവരുത്തിയേ പറ്റൂ. അതി നുള്ള ചുമതല പങ്കുകുറുക്കനും കുഞ്ഞിക്കിളിക്കും തങ്കുക്കുര ങ്ങനും നൽകി.

ദീർഘമായ ആലോചനയ്ക്കു ശേഷം അവർ കൊലകൊ മ്പനെ വീഴ്ത്താനുള്ള കെണിയൊരുക്കി. കൊടുംകാടിനുള്ളിൽ അധികമാരും ശ്രദ്ധിക്കാത്ത ഒരു പൊട്ടക്കിണറുണ്ട്. അതിനു ചുറ്റും ധാരാളം ഫലവൃക്ഷങ്ങളുമുണ്ട്.

കാട്ടുമൃഗങ്ങൾ ഒത്തൊരുമിച്ച് ചില പാഴ്മരങ്ങൾ കിണറിനു കുറുകെയിട്ടു. വലിയ ഇലകളും കരിയിലയും ചപ്പുചവറും എല്ലാം

മീതെയിട്ട് കുഴികാണാത്ത വിധത്തിലാക്കി. മനുഷ്യൻ നിർമ്മി
ക്കുന്ന വാരിക്കുഴി പോലെ എന്നുപറയാം.

അടുത്ത ദിവസം പ്രഭാതത്തിൽ കൊലകൊമ്പന്റെ വരവാ
യി. കാടുകുലുക്കി വരുന്ന വഴി അതാ മുന്നിൽക്കിടക്കുന്നു നല്ല
മധുരമുള്ള ഒരു പഴം. അവൻ നോക്കിയപ്പോൾ അത് കിളിയുടെ
കൈയിൽനിന്ന് വീണുപോയതാണ്. കുഞ്ഞിക്കിളി പറന്ന

ലക്ഷ്യം നോക്കി ആന ഓട്ടം തുടങ്ങി. കാനന മധ്യത്തിൽ ഇട
തൂർന്ന വൃക്ഷങ്ങൾക്കിടയിൽ പങ്കുക്കുറുക്കൻ നിൽക്കുന്നു.
കിണറിനു സമീപമുള്ള മരത്തിൽ പഴവും തിന്ന് തങ്കുക്കു

രങ്ങനും കിടന്നിരുന്നു. "ഏയ് ആനച്ചാരേ, എന്താണീ വഴി? പഴം വേണോ, എങ്കിലിതാ." അവൻ കാട്ടുപഴം ആനയ്ക്കു നേരെ എറിഞ്ഞു.

ക്രൂദ്ധനായ ഗജവീരൻ ആ മരത്തിനു നേരെ പാഞ്ഞു. കഷ്ടം! അവനതാ കൊമ്പും കുത്തി വിശാലമായ പൊട്ടക്കിണ റിൽ വീണു. ആ അഹങ്കാരി അവിടെക്കിടന്നു നിലവിളിച്ചു! അതു കണ്ട്, മറ്റുള്ളവർ പൊട്ടിച്ചിരിച്ചു.........

(അടിതെറ്റിയാൽ ആനയും വീഴും)

മൂക്കുത്തിയിട്ട പൂച്ച

പൂച്ചക്കുറിഞ്ഞിക്ക് പച്ചിലപ്പൊന്തയിൽനിന്ന് ഒരു തിള ങ്ങുന്ന വസ്തു കിട്ടി. അവൾ തിരിച്ചും മറിച്ചും നോക്കി, ഉരച്ചും മണത്തും നോക്കി. കടിച്ചും പിടിച്ചും നോക്കി. അതെ ഇതു തനിത്തങ്കം തന്നെ.

പൂച്ച അത് തട്ടാനെ ഏൽപ്പിച്ചു. നല്ലൊരു മൂക്കുത്തി പണി യിച്ചു. മൂക്കുത്തിയിട്ടു വിലസുന്ന അവളോട് മറ്റു പൂച്ചകൾക്ക് അസൂയ തോന്നി. അവൾ തെല്ലൊന്നഹങ്കരിച്ചു. ഗമയിൽ പറഞ്ഞു.

"ദരിദ്രവാസിപ്പൂച്ചകളേ, നിങ്ങളോടിനി ഞാൻ കൂട്ടുകൂടില്ല. ഈ നാട്ടിലെ ഏറ്റവും സമ്പന്നയായ മാർജാരയുവതിയാണു ഞാൻ." മറ്റു പൂച്ചകൾ അവളെ വെറുത്തു.

നാളുചെല്ലുന്തോറും അവളുടെ നെഗളിപ്പ് കൂടിവന്നു. മൂന്നുനേരം കണ്ണാടി നോക്കിയില്ലെങ്കിൽ അവൾക്ക് ഉറക്കം വരി ല്ല. അവളെ കെട്ടാൻ വന്ന കണ്ട ശിരോമണികളെ ഒന്നിനേയും അവൾക്ക് ബോധിച്ചില്ല.

പൂച്ചക്കുറിഞ്ഞിയുടെ മൂക്കുത്തിക്ക് നിറം കുറഞ്ഞു കുറഞ്ഞു വരുന്നതായി തോന്നിത്തുടങ്ങി. കുറച്ചുനാളിനകം ആ മൂക്കുത്തി കരിക്കട്ട പോലെ കറുത്തുപോയി. പാവം കുറിഞ്ഞി. അവൾ തലതല്ലിക്കരഞ്ഞു. മറ്റു പൂച്ചകൾ ചുറ്റും കൂടി അവളെ

കളിയാക്കി. അവൾ തളർന്നുപോയി. പൂച്ച മുത്തശ്ശി അവളെ സമാ
ധാനിപ്പിച്ചു.

"സാരമില്ല മോളേ! നമുക്ക് വഴിയുണ്ടാക്കാം."

പൂച്ചക്കുറിഞ്ഞി അഹങ്കാരമെല്ലാം വെടിഞ്ഞ് കൂട്ടുകാരുടെ
സഹായം തേടി. ഇനി താൻ അവരെ വിട്ടുപിരിയില്ല എന്നു ശപഥം
ചെയ്തു. പൂച്ചകളെല്ലാം കൂടി പടകൂട്ടി തട്ടാന്റെ വീടാക്രമിച്ചു.

"ഹേ ദുഷ്ടാ, കാക്കപ്പൊന്നു നൽകി, ഇവളെ ചതിച്ച നിന്റെ
സ്വർണം മുഴുവൻ ഞങ്ങൾ കൊണ്ടുപോകുന്നു. "വളകൾ, മാല
കൾ, കമ്മൽ, മൂക്കുത്തി, പാദസരം എല്ലാം മാർജാരസേന കൈക്ക
ലാക്കി. കുറിഞ്ഞിക്കൊപ്പം അവരും ആഭരണമണിഞ്ഞ് വിലസി.
പാവം തട്ടാൻ. അയാൾ പൊട്ടിപ്പൊട്ടിക്കരഞ്ഞു.

(മിന്നുന്നതെല്ലാം പൊന്നല്ല)

യഥാർഥ സ്നേഹം

മാണിക്യപുരിയിലെ രാജാവായിരുന്നു മഹേന്ദ്രവർമൻ, അദ്ദേഹത്തിന്റെ ഭരണത്തിൻ കീഴിൽ പ്രജകൾ ഒരുമയോടെ സന്തു ഷ്ടരായി വാണു. രാജാവിന് ഒരേയൊരു പുത്രിമാത്രമേ ഉണ്ടാ യിരുന്നുള്ളൂ. സുന്ദരിയും സുശീലയുമായ ലാവണ്യവതി രാജ കുമാരിയെ വിവാഹം ചെയ്യാനായി നൂറുകണക്കിന് രാജകുമാ രന്മാർ മോഹിച്ച് രാജ്യത്ത് വന്നു പോയിരുന്നു. അടുത്ത കിരീ ടാവകാശിയായ കുമാരിയെ സുരക്ഷിതമായ കരങ്ങളിലേ ഏൽപ്പിക്കൂ എന്ന് രാജാവ് ഉറപ്പിച്ചിരുന്നതിനാൽ അവർ നിരാശരായി മടങ്ങി.

മഹേന്ദ്രവർമ രാജാവ് മകൾക്ക് അനുയോജ്യനായ വരനെ കണ്ടെത്താനായി സ്വയംവരം പ്രഖ്യാപിച്ചു. വിവാഹത്തിന്റെ മുഖ്യകാർമികനായി വിരൂപാക്ഷമുനിയെ പ്രത്യേകം ക്ഷണിച്ചു വരുത്തി. അദ്ദേഹം സ്വയംവരമുഹൂർത്തം നിശ്ചയിച്ച് വിളംബരം ചെയ്തു.

"മാന്യമഹാജനങ്ങളേ! ഇന്നേക്ക് പതിന്നാലാം നാൾ വെളു ത്തവാവിൻ ദിവസം രാത്രി പത്തുമണിക്ക് സൗഭാഗ്യവതി, കുമാരി ലാവണ്യവതിയുടെ സ്വയംവരം നിശ്ചയിച്ച വിവരം ഏവരും അറി ഞ്ഞിരിക്കുമല്ലോ. എല്ലാ പ്രജകളേയും രാജധാനിയിലേക്ക്

സഹർഷം സ്വാഗതം ചെയ്യുന്നു."

വിവരമറിഞ്ഞ് അനവധി രാജകുമാരന്മാർ, പ്രഭുക്കൾ, ധനി കപ്രമുഖർ എന്നിവർ മാണിക്യപുരിയിലെത്തി. വിവാഹത്തിനു മുന്നോടിയായുള്ള വിശേഷ പൂജാദികർമങ്ങൾക്കായി വിരൂപാ ക്ഷമുനിയും എത്തി.

പേരിലെന്നപോലെ രൂപത്തിലും വൈരൂപ്യമുള്ള മുനി രാജ ധാനിയിൽ പ്രവേശിച്ച ഉടൻതന്നെ മഹാരാജാവ് ഭക്ത്യാദരപൂർവം അദ്ദേഹത്തെ അന്തഃപുരത്തിലേക്കാനയിച്ചു. രാജാവിനോടും രാജ്ഞിയോടുംകൂടി മുനി, കുമാരിയുടെ അറയിൽ എത്തി. കഷ്ട മെന്നു പറയട്ടെ മുനിയുടെ രൂപം കണ്ട ലാവണ്യവതി മനസറി യാതെ മുഖം പൊത്തിച്ചിരിച്ചു. കോപിഷ്ഠനായ മുനി കുമാരിയെ ശപിച്ചു.

"ഹേ, മൂഢയായ കുമാരീ. അഹങ്കാരിയായ നിന്റെ അഹ ങ്കരിച്ച രൂപം വികൃതമായിത്തീരട്ടെ. തൊലി ചുക്കിച്ചുളിഞ്ഞ് നടു വളഞ്ഞ് നീ വിരൂപയായി മാറട്ടെ."

ശാപം കേട്ട് ഞെട്ടിയ മാതാപിതാക്കൾ മഹർഷിയുടെ കാൽക്കൽ വീണ് പൊട്ടിക്കരഞ്ഞു. കുമാരിയും താണുവീണ് കേണപേക്ഷിച്ചു.

"ധന്യാത്മാവേ, മാപ്പ്. അറിവില്ലായ്മകൊണ്ട് ചെയ്ത അവി വേകം പൊറുത്താലും. സൽക്കർമ്മത്തിനായെത്തിയ അവിടുന്ന് ഒടുവിൽ ദുഃഖം നൽകി മടങ്ങരുതേ. ക്ഷമിച്ച് ശാപമുക്തിയേകി യാലും."

കരഞ്ഞപേക്ഷിച്ച അവരെ മഹർഷി സമാധാനിപ്പിച്ചു. സാര മില്ല. ഈ ശാപം സ്വയംവരത്തോടുകൂടി അവസാനിക്കും. "ഉർവ ശീശാപം ഉപകാരം" എന്നതുപോലെ യഥാർഥവരനെ കണ്ടെ ത്താൻ ഈ ശാപം കുമാരിയെ സഹായിക്കും."

മഹർഷി രഹസ്യമായി അവരോട് തന്റെ പദ്ധതി അറിയി ച്ചു. "ഈ സ്വയംവരപുഷ്പമാലകൾ സ്വീകരിച്ചാലും. ഇവ സാധാരണ നിലയിൽ എത്രകാലം വേണമെങ്കിലും കേടുകൂടാ തെയിരിക്കും. പക്ഷേ യഥാർഥ സ്നേഹമില്ലാത്തവർ ഈ മാല എടുത്താൽ അത് വാടിക്കരിഞ്ഞുപോകും. ഇത് ഏഴെണ്ണം

മാത്രമേ ഉണ്ടാകൂ. ഈ ഏഴെണ്ണം തീരുന്നതിനിടയിൽ കുമാരിക്ക് വരനെ കണ്ടെത്താൻ ശ്രമിക്കണം. എട്ടാമതൊരാൾക്ക് സ്വയംവ രത്തിൽ പങ്കെടുക്കാൻ സാധിക്കില്ല. യഥാർഥസ്നേഹത്തോടെ ഈ മാല കൈയിലെടുത്ത് കഴുത്തിലണിയിച്ചാൽ കുമാരിക്ക് പൂർവ്വരൂപം തിരികെ ലഭിക്കും.”

ശാപം മൂലം ലാവണ്യവതിയുടെ രൂപം മാറിയതറിഞ്ഞ് സ്വയംവരത്തിന് വന്നവരിൽ പലരും മടങ്ങി. എങ്കിലും ധനമോ ഹികളായ കുറച്ചുപേർ ബാക്കിയായി.

അടുത്ത ദിവസം രാജാവ് മറ്റൊരു വിളംബരം ചെയ്തു. മുനിശാപംമൂലം വിരൂപയായ ലാവണ്യരാജകുമാരിയെ വിവാഹം കഴിക്കുന്നയാൾ മാണിക്യപുരിയുടെ അടുത്ത അധിപനായിരി ക്കും. പക്ഷേ സ്വയംവരപുഷ്പമാല്യം കൈയിലെടുത്ത് യഥാർഥ സ്നേഹത്തോടെ കുമാരിയെ വരിക്കുന്നയാൾക്ക് കുമാരിയുടെ പാതിവൈരൂപ്യം കൂടി ഏറ്റുവാങ്ങേണ്ടിവരും എന്നു മാത്രം.”

പുതിയ വിളംബരം കൂടി കേട്ടപ്പോൾ അഞ്ചോ ആറോ പേരൊഴിച്ച് ബാക്കി രാജകുമാരന്മാരെല്ലാം മടങ്ങിപ്പോയി.

സ്വയംവരത്തിന്റെ ദിവസമായി. ആകെ ഏഴ് വരണമാല്യ ങ്ങൾ. ആറ് കുമാരന്മാരും. അലങ്കരിച്ച മണ്ഡപത്തിൽ രാജകു മാരി ഇരിക്കുന്നു. രാജകുമാരിയെ കണ്ടപ്പോൾ വരന്മാരുടെ മുഖം ചുളിഞ്ഞു. അതിൽ ഒന്നു രണ്ടുപേർ പതുക്കെ പിൻവലിഞ്ഞു. ബാക്കി നാലുപേരും വരണമാല്യം കൈയിലെടുത്ത ഉടനെ മാല കൾ കരിഞ്ഞു വീണു രാജാവിന്റെ മുഖംവാടി.

ആരും അവശേഷിക്കുന്നില്ല എന്നു കണ്ടപ്പോൾ മന്ത്രിപു ത്രനും സേനാപതി പുത്രനും എത്തി. അവരുടെയും സ്പർശന മാത്രയിൽ മാലകൾ കരിഞ്ഞുവീണു.

“ഇനിയാരും ബാക്കിയില്ലേ?” രാജാവ് ഉറക്കെ ചോദിച്ചു?

കാണികൾക്കിടയിൽനിന്ന് ഒരു സാധാരണ പ്രജ മുന്നോട്ടു വന്നു. കോമളനായ ആ യുവാവ് മടിച്ചുമടിച്ച് വരണമാല്യം കൈയിലെടുത്ത് വിറയാർന്ന കാൽവയ്പുകളോടെ മണ്ഡപത്തി ലെത്തി കുമാരിക്ക് വരണമാല്യം ചാർത്തി.

അത്ഭുതമെന്നു പറയട്ടെ, വിരൂപയായ കുമാരിയതാ രൂപഭം

ഗിയെഴും ലാവണ്യരാജകുമാരിയായി മാറിയിരിക്കുന്നു..... യുവാ
വിന് മാറ്റമൊന്നുമില്ല.

യഥാർഥസ്നേഹം ഉള്ളിലൊളിപ്പിച്ച ആ കുമാരനുമായി രാജ
കുമാരിയുടെ വിവാഹം ആർഭാടമായി നടത്തി. അയാളെ മാണി
കൃപുരിയുടെ യുവരാജാവായി അഭിഷേകവും ചെയ്യുകയം
ചെയ്തു.

(മാംസനിബദ്ധമല്ല അനുരാഗം)